Justice Within Cultures: Anthropology's Insights into Legal Systems

நிதித்துறையில் உள்ள கலாச்சாரங்கள்: சட்ட முறைமைகளுக்கான மானுடவியல் பார்வை

Anjali Rana

Justice Within Cultures: Anthropology's Insights into Legal Systems

Copyright © 2023 by Anjali Rana

The first edition was published in 2023

ISBN:
Published by:
Sunshine
1663 Liberty Drive
Hyderabad, IN 47403
www.Sunshinepublishers.com

This book is self-published using on-demand printing and publishing, which allows it to be printed and distributed globally

TABLE OF CONTENT

Chapter 6: Towards a Broader Justice: Rethinking Law and Anthropology 66

- o Reflecting on the challenges and opportunities of using an anthropological lens to understand justice.

- o Discussing emerging trends and future directions in legal anthropology research.

- o Highlighting the implications of anthropological insights for legal practitioners, policymakers, and advocates for a more inclusive and just future.

அத்தியாயம் 1: நீதி வெளிப்படுத்துதல்: பன்முகத் தோற்றங்கள் மற்றும் மானுடவியல் அணுகுமுறைகள்

- பல்வேறு கலாச்சாரங்கள் மற்றும் வரலாற்று சூழல்களில் நீதியின் பன்முகத் தன்மையை ஆராய்வது.

- சட்ட அமைப்புகளைப் படிப்பதற்கான மானுடவியல் முறைகளை ஆராய்ந்து, அவை சமூக வாழ்வில் எவ்வாறு இணைக்கப்பட்டுள்ளன என்பதைப் புரிந்து கொள்ளுதல்.

- முக்கிய கருப்பொருள்களை அறிமுகப்படுத்துதல்: கலாச்சார சார்பற்ற தன்மை, சட்ட பன்முகத்தன்மை, அதிகார இயக்கவியல், சடங்கு மற்றும் குறியீடுகள், மற்றும் அரசு சாரா நீதி அமைப்புகள்.

அத்தியாயம் 2: சட்ட நிலப்பரப்புகளை கடந்துசெல்லுதல்: அதிகாரம், அணுகல் மற்றும் பன்முகத்தன்மை

- சட்ட பன்முகத்தன்மை என்ற கருத்தை ஆழமாக ஆராய்ந்து, அது நீதி கிடைப்பதற்கான தாக்கங்களை அலசி.

- போட்டி சட்ட அமைப்புகளின் உண்மையான வழக்குகள் மற்றும் அவற்றை எதிர்கொள்வதில் உள்ள சவால்களை ஆராய்ந்து, எடுத்துக்காட்டுகள் தருதல்.

- பல்வேறு சூழல்களில் அதிகார இயக்கவியல் எவ்வாறு சட்ட செயல்முறைகள் மற்றும் முடிவுகளை வடிவமைக்கிறது என்பதை ஆராய்ந்து விளக்குதல்.

அத்தியாயம் 3: சட்டத்தின் கலாச்சார நெசவு: சடங்கு, கதை, மற்றும் மதிப்புகள்

- சட்ட நடைமுறைகள் மற்றும் நீதி பற்றிய புரிதலை வடிவமைப்பதில் சடங்கு மற்றும் குறியீடுகளின் பங்கை ஆராய்தல்.

- கதை சொல்லுதல் மற்றும் கதைகள் எவ்வாறு தகராறு தீர்வு மற்றும் சட்ட நடவடிக்கைகளை தகவலறிவிக்கின்றன என்பதை ஆராய்ந்து விளக்குதல்.

- சட்ட அமைப்புகளில் கலாச்சார மதிப்புகள் மற்றும் ஒழுக்க நெறிக்கட்டமைப்புகளின் செல்வாக்கை ஆராய்ந்து புரிந்து கொள்ளுதல்.

அத்தியாயம் 4: செயல்பாட்டில் மானுடவியல்: சட்ட இனவியலில் வழக்கு ஆய்வுகள்

- பழங்குடி சமூகங்கள், மத நீதிமன்றங்கள், மற்றும் முறைசாரா நீதி அமைப்புகள் உட்பட பல்வேறு சட்ட சூழல்களில் மானுடவியல் கள ஆய்வுகளை முன்வைப்பது.

- சட்ட மானுடவியலாளர்கள் எதிர்கொள்ளும் நெறிமுறை கருத்துகள் மற்றும் சவால்களை எடுத்துக்காட்டுதல்.

- ஆழ்ந்த ஆய்வு மற்றும் பங்கேற்பு கவனிப்பு மூலம் பெறப்பட்ட உணர்வுகளை சிறப்பித்து, முன்னிலைப்படுத்துதல்.

அத்தியாயம் 5: நீதி மற்றும் மாற்றம்: மானுடவியல் பங்களிப்புகள்

- சட்ட அமைப்புகள் எவ்வாறு சமூக மாற்றத்தை இயக்கவும் தடுக்கவும் முடியும் என்பதை ஆராய்ந்து விளக்குதல்.

- உலகளாவிய மனித உரிமைகள் மற்றும் உள்ளூர் நீதி நடைமுறைகளுக்கு இடையேயான பதற்றங்கள் மற்றும் ஒத்துழைப்புகளை ஆராய்ந்து புரிதல் ஏற்படுத்துதல்.

- சட்ட சீர்திருத்தத்தைத் தகவலறிவிக்கவும், நீதிக்குப் பண்பாட்டு ரீதியான அணுகுமுறைகளை ஊக்குவிக்கவும் மானுடவியலின் திறனை விவாதித்தல்

அத்தியாயம் 6: இன்னும் விரிந்த நீதி நோக்கி: சட்டம் மற்றும் மானுடவியலை மறுபரிசீலனை செய்தல்

- நீதியைப் புரிந்து கொள்ள மானுடவியல் பார்வையைப் பயன்படுத்துவதன் சவால்கள் மற்றும் வாய்ப்புகளை சிந்தித்தல்.

- சட்ட மானுடவியல் ஆய்வில் உருவாகி வரும் போக்குகள் மற்றும் எதிர்கால திசைவழிகாட்டிகளை விவாதித்தல்.

- சட்ட நிபுணர்கள், கொள்கை வகுப்பாளர்கள், மற்றும் மேலும் உள்ளடக்கிய மற்றும் நியாயமான எதிர்காலத்திற்கான ஆதரவாளர்களுக்கான மானுடவியல் கருத்துகளின் தாக்கங்களை எடுத்துக்காட்டுதல்.

Chapter 1: Unveiling Justice: Diverse Perspectives and Anthropological Approaches

அத்தியாயம் 1: நீதி வெளிப்படுத்துதல்: பன்முகத் தோற்றங்கள் மற்றும் மானுடவியல் அணுகுமுறைகள்

பல்வேறு கலாச்சாரங்கள் மற்றும் வரலாற்று சூழல்களில் நீதியின் பன்முகத் தன்மையை ஆராய்வது.

நீதி என்பது ஒரு சிக்கலான மற்றும் பன்முகமான கருத்தாகும். இது சமூகத்தின் அடிப்படை அம்சமாகும், மேலும் அதன் பொருள் மற்றும் நோக்கங்கள் கலாச்சாரம் மற்றும் காலத்திற்கு ஏற்ப வேறுபடுகின்றன.

நீதியை அணுகுவதற்கு பல வழிகள் உள்ளன. சிலர் அதை சமத்துவம், சுதந்திரம் மற்றும் சகோதரத்துவம் ஆகியவற்றின் அடிப்படையில் பார்க்கிறார்கள். மற்றவர்கள் அதை சமூக ஒழுங்கின் பாதுகாப்பு அல்லது பாதிக்கப்பட்டவர்களுக்கு நீதி வழங்குதல் ஆகியவற்றின் அடிப்படையில் பார்க்கிறார்கள்.

நீதியின் பன்முகத் தோற்றங்கள் மானுடவியல் ஆய்விற்கு ஒரு முக்கியமான சவாலாக உள்ளன.

மானுடவியலாளர்கள் வெவ்வேறு கலாச்சாரங்களில் நீதி எவ்வாறு வரையறுக்கப்படுகிறது, நடைமுறைப்படுத்தப்படுகிறது மற்றும் உணரப்படுகிறது என்பதை ஆய்வு செய்கிறார்கள்.

1.1 நீதியின் வரையறைகள்

நீதியின் வரையறைகள் கலாச்சாரம் மற்றும் காலத்திற்கு ஏற்ப வேறுபடுகின்றன. சில பொதுவான வரையறைகள் பின்வருமாறு:

- சமத்துவம்: ஒவ்வொருவருக்கும் சமமான உரிமைகள் மற்றும் பாதுகாப்புகள் உள்ளன.

- சுதந்திரம்: ஒவ்வொருவருக்கும் தங்கள் சொந்த வாழ்க்கையை வாழ சுதந்திரம் உள்ளது.

- சகோதரத்துவம்: ஒவ்வொருவரும் சமூகத்தின் முழுமையான உறுப்பினர்களாக நடத்தப்படுகிறார்கள்.

- சமூக ஒழுங்கு: சமூகத்திற்குள் அமைதியையும் ஒற்றுமையையும் பாதுகாக்க நீதி தேவைப்படுகிறது.

- பாதிக்கப்பட்டவர்களுக்கு நீதி: பாதிக்கப்பட்டவர்களுக்கு நீதி வழங்குவது சமூகத்தின் கடமையாகும்.

1.2 நீதியின் நடைமுறைகள்

நீதியானது வெவ்வேறு கலாச்சாரங்களில் வெவ்வேறு நடைமுறைகள் மூலம் நடைமுறைப்படுத்தப்படுகிறது. சில பொதுவான நடைமுறைகள் பின்வருமாறு:

- விசாரணை: குற்றச்சாட்டுகளுக்கு எதிராக குற்றவாளிகளை விசாரிப்பது.

- நீதிமன்றம்: குற்றச்சாட்டுகள் மற்றும் குற்றவாளிகளுக்கு தீர்ப்பளிக்கும் நிறுவனம்.

- சட்டம்: நீதிமன்றங்கள் பின்பற்ற வேண்டிய விதிகளின் தொகுப்பு.

- சட்டமன்றம்: புதிய சட்டங்களை உருவாக்கும் மற்றும் ஏற்கனவே உள்ள சட்டங்களை திருத்தும் நிறுவனம்.

- நிர்வாகம்: சட்டங்களை அமல்படுத்தும் நிறுவனம்.

1.3 நீதியின் உணர்வுகள்

நீதி என்பது ஒரு உணர்ச்சிகரமான விஷயம். மக்கள் நீதியின் உணர்வை பல வெவ்வேறு வழிகளில் அனுபவிக்கிறார்கள். சில பொதுவான உணர்வுகள் பின்வருமாறு:

- நியாயம்: செயல்கள் மற்றும் தீர்ப்புகள் சமமானவை என்று உணரப்படுவது.

- நியாயமற்றது: செயல்கள் மற்றும் தீர்ப்புகள் சமமாக இல்லை என்று உணரப்படுவது.

- நியாயமற்றது: செயல்கள் மற்றும் தீர்ப்புகள் நியாயமற்றவை என்று உணரப்படுவது.

- நியாயமற்றது: செயல்கள் மற்றும் தீர்ப்புகள் நியாயமற்றவை என்று உணரப்படுவது.

1.4 மானுடவியல் அணுகுமுறைகள்

மானுடவியல் ஆய்வுகள் நீதியின் பன்முகத் தன்மையைப் புரிந்துகொள்வதில் பல முக்கிய அணுகுமுறைகளை வழங்குகின்றன.

- விவரணை அணுகுமுறை நீதியின் நடைமுறைகளையும் மதிப்புகளையும் விவரிக்கும் அடிப்படையில் செயல்படுகிறது. இது வெவ்வேறு கலாச்சாரங்களில் நீதி எவ்வாறு வேறுபடுகிறத என்பதை புரிந்துகொள்ள உதவுகிறது.

- விமர்சன அணுகுமுறை நீதி முறைமைகள் சமத்துவம் மற்றும் நீதியின் கொள்கைகளை எவ்வாறு நிறைவேற்றுகின்றன என்பதை ஆய்வு செய்கிறது.

சட்ட அமைப்புகளைப் படிப்பதற்கான மானுடவியல் முறைகளை ஆராய்ந்து, அவை சமூக வாழ்வில் எவ்வாறு இணைக்கப்பட்டுள்ளன என்பதைப் புரிந்து கொள்ளுதல்

சட்ட அமைப்புகள் என்பது சமூகத்தின் கட்டமைப்பு மற்றும் செயல்பாட்டில் ஒரு முக்கிய பங்கு வகிக்கின்றன. அவை சமூக ஒழுங்கை பராமரிக்கவும், பாதிக்கப்பட்டவர்களுக்கு நீதி வழங்கவும், மக்கள் தங்கள் உரிமைகள் மற்றும் கடமைகளைப் பற்றி அறிந்து கொள்ளவும் உதவுகின்றன.

மானுடவியல் என்பது பல்வேறு கலாச்சாரங்கள் மற்றும் சமூகங்களில் மனித அனுபவத்தை ஆய்வு செய்யும் ஒரு அறிவியல் ஆகும். மானுடவியலாளர்கள் சட்ட அமைப்புகளைப் படிப்பதன் மூலம், அவை எவ்வாறு வேறுபட்ட கலாச்சாரங்களில் செயல்படுகின்றன என்பதைப் புரிந்துகொள்ள முடியும்.

1.1 சட்ட அமைப்புகளின் வரையறைகள்

சட்ட அமைப்புகள் என்பது சமூகத்தின் கட்டமைப்பு மற்றும் செயல்பாட்டில் ஒரு முக்கிய பங்கு வகிக்கின்றன. அவை சமூக ஒழுங்கை பராமரிக்கவும், பாதிக்கப்பட்டவர்களுக்கு நீதி வழங்கவும், மக்கள் தங்கள் உரிமைகள் மற்றும்

கடமைகளைப் பற்றி அறிந்து கொள்ளவும் உதவுகின்றன.

சட்ட அமைப்புகளின் வரையறைகள் கலாச்சாரம் மற்றும் காலத்திற்கு ஏற்ப வேறுபடுகின்றன. சில பொதுவான வரையறைகள் பின்வருமாறு:

- சட்டம்: சமூக ஒழுங்கை பராமரிக்கவும், பாதிக்கப்பட்டவர்களுக்கு நீதி வழங்கவும் பயன்படுத்தப்படும் விதிகளின் தொகுப்பு.

- நீதிமன்றம்: சட்டங்களை விளக்குவதற்கும், குற்றச்சாட்டுகளுக்கும் குற்றவாளிகளுக்கும் தீர்ப்பளிப்பதற்கும் பொறுப்பான நிறுவனம்.

- சட்டமன்றம்: புதிய சட்டங்களை உருவாக்கும் மற்றும் ஏற்கனவே உள்ள சட்டங்களை திருத்தும் நிறுவனம்.

- நிர்வாகம்: சட்டங்களை அமல்படுத்தும் நிறுவனம்.

1.2 மானுடவியல் ஆய்வுகள்

மானுடவியல் என்பது பல்வேறு கலாச்சாரங்கள் மற்றும் சமூகங்களில் மனித அனுபவத்தை ஆய்வு செய்யும் ஒரு அறிவியல் ஆகும். மானுடவியலாளர்கள் சட்ட அமைப்புகளைப் படிப்பதன் மூலம், அவை எவ்வாறு வேறுபட்ட

கலாச்சாரங்களில் செயல்படுகின்றன என்பதைப் புரிந்துகொள்ள முடியும்.

மானுடவியல் ஆய்வுகள் சட்ட அமைப்புகளைப் புரிந்துகொள்ள பல முக்கிய அணுகுமுறைகளை வழங்குகின்றன.

- விவரணை அணுகுமுறை சட்ட அமைப்புகளின் நடைமுறைகளையும் மதிப்புகளையும் விவரிக்கும் அடிப்படையில் செயல்படுகிறது. இது வெவ்வேறு கலாச்சாரங்களில் சட்டம் எவ்வாறு வேறுபடுகிறத என்பதை புரிந்துகொள்ள உதவுகிறது.

- விமர்சன அணுகுமுறை சட்ட அமைப்புகள் சமத்துவம் மற்றும் நீதியின் கொள்கைகளை எவ்வாறு நிறைவேற்றுகின்றன என்பதை ஆய்வு செய்கிறது. இது சட்ட அமைப்புகளின் சாதகபாதங்கள் மற்றும் குறைபாடுகளை அடையாளம் காண உதவுகிறது.

- செயல்முறை அணுகுமுறை சட்ட அமைப்புகள் எவ்வாறு செயல்படுகின்றன என்பதை ஆய்வு செய்கிறது. இது சட்ட அமைப்புகளின் நியாயமான தன்மை மற்றும் திறனைப் பற்றிய அறிவை வழங்குகிறது.

1.3 சட்ட அமைப்புகள் மற்றும் சமூக வாழ்க்கை

சட்ட அமைப்புகள் சமூக வாழ்வின் ஒரு முக்கிய அங்கமாகும். அவை சமூக ஒழுங்கை பராமரிக்கவும், பாதிக்கப்பட்டவர்களுக்கு நீதி வழங்கவும், மக்கள் தங்கள் உரிமைகள் மற்றும் கடமைகளைப் பற்றி அறிந்து கொள்ளவும் உதவுகின்றன.

சட்ட அமைப்புகள் சமூக வாழ்வுடன் பல வழிகளில் இணைக்கப்பட்டுள்ளன. அவை சமூகத்தின் மதிப்புகள் மற்றும் நம்பிக்கைகளை பிரதிபலிக்கின்றன. அவை சமூகத்தின் அதிகார அமைப்புகளை வலுப்படுத்த அல்லது சவால் செய்யலாம். அவை சமூகத்தில் சமத்துவத்தை மேம்படுத்த அல்லது சீர்குலைக்கலாம்.

முக்கிய கருப்பொருள்களை அறிமுகப்படுத்துதல்: கலாச்சார சார்பற்ற தன்மை, சட்ட பன்முகத்தன்மை, அதிகார இயக்கவியல், சடங்கு மற்றும் குறியீடுகள், மற்றும் அரசு சாரா நீதி அமைப்புகள்

அத்தியாயம் 1: கலாச்சார சார்பற்ற தன்மை

கலாச்சார சார்பற்ற தன்மை என்பது கலாச்சாரம் சார்ந்த பார்வைகளைத் தவிர்த்து, ஒரு பகுத்தறிவான மற்றும் நியாயமான பார்வையிலிருந்து ஒரு சிக்கலை அணுகுவது. மானுடவியல் ஆய்வில், கலாச்சார சார்பற்ற தன்மை என்பது ஒரு முக்கிய அம்சமாகும். மானுடவியலாளர்கள் வெவ்வேறு கலாச்சாரங்களைப் பற்றி ஆராய்ந்து புரிந்துகொள்ள முயற்சிக்கும்போது, அந்த கலாச்சாரங்களின் சொந்த மதிப்புகள் மற்றும் நம்பிக்கைகளின் பார்வையில் இருந்து பார்க்க முயற்சிப்பது முக்கியம்.

அத்தியாயம் 2: சட்ட பன்முகத்தன்மை

சட்ட பன்முகத்தன்மை என்பது வெவ்வேறு கலாச்சாரங்களில் வெவ்வேறு சட்ட அமைப்புகள் உள்ளன என்பதைக் குறிக்கிறது. ஒவ்வொரு சட்ட அமைப்பும் அதன் சொந்த வரலாறு, மதிப்புகள் மற்றும் நம்பிக்கைகளைக் கொண்டுள்ளது.

அத்தியாயம் 3: அதிகார இயக்கவியல்

அதிகார இயக்கவியல் என்பது ஒரு சமூகத்தில் அதிகாரம் எவ்வாறு விநியோகிக்கப்படுகிறது என்பதைக் குறிக்கிறது. சட்ட அமைப்புகள் சமூகத்தில் அதிகாரத்தை வலுப்படுத்த அல்லது சவால் செய்யலாம்.

அத்தியாயம் 4: சடங்கு மற்றும் குறியீடுகள்

சடங்குகள் மற்றும் குறியீடுகள் என்பது சமூகத்தின் மதிப்புகள் மற்றும் நம்பிக்கைகளை வெளிப்படுத்தும் வழிமுறைகளாகும். சட்ட அமைப்புகள் சடங்குகள் மற்றும் குறியீடுகளை பயன்படுத்தி சமூகத்தில் ஒழுங்கை பராமரிக்க உதவுகின்றன.

அத்தியாயம் 5: அரசு சாரா நீதி அமைப்புகள்

அரசு சாரா நீதி அமைப்புகள் என்பது அரசாங்கத்தால் நிர்வகிக்கப்படாத நீதி அமைப்புகள் ஆகும். அவை சமூகத்தில் நீதியை வழங்க ஒரு முக்கிய பங்கை வகிக்கின்றன.

முடிவுரை

இந்த ஐந்து கருப்பொருள்கள் சட்ட அமைப்புகளைப் புரிந்துகொள்வதற்கும், அவை சமூகத்தில் எவ்வாறு செயல்படுகின்றன என்பதைப் புரிந்துகொள்வதற்கும் அவசியமானவை.

மேலும் ஆய்வு

இந்த கருப்பொருள்கள் ஒவ்வொன்றையும் மேலும் ஆராய்வதற்கான பல வாய்ப்புகள் உள்ளன. எடுத்துக்காட்டாக, கலாச்சார சார்பற்ற தன்மை பற்றிய ஆய்வுகள், வெவ்வேறு கலாச்சாரங்களில் சட்ட அமைப்புகளைப் புரிந்துகொள்வதற்கான நமது திறனை மேம்படுத்த உதவும். சட்ட பன்முகத்தன்மை பற்றிய ஆய்வுகள், வெவ்வேறு கலாச்சாரங்களில் சட்டத்தின் பங்கு பற்றிய நமது புரிதலை மேம்படுத்த உதவும். அதிகார இயக்கவியல் பற்றிய ஆய்வுகள், சட்ட அமைப்புகள் சமூகத்தில் அதிகாரத்தை எவ்வாறு பாதிக்கின்றன என்பதைப் புரிந்துகொள்வதற்கு உதவும். சடங்கு மற்றும் குறியீடுகள் பற்றிய ஆய்வுகள், சட்ட அமைப்புகள் சமூகத்தின் மதிப்புகள் மற்றும் நம்பிக்கைகளை எவ்வாறு வெளிப்படுத்துகின்றன என்பதைப் புரிந்துகொள்வதற்கு உதவும். அரசு சாரா நீதி அமைப்புகள் பற்றிய ஆய்வுகள், சமூகத்தில் நீதியை வழங்க அரசு சாரா அமைப்புகள் எவ்வாறு முக்கிய பங்கு வகிக்கின்றன என்பதைப் புரிந்துகொள்வதற்கு உதவும்.

Chapter 2: Navigating Legal Landscapes: Power, Access, and Pluralism

அத்தியாயம் 2: சட்ட நிலப்பரப்புகளை கடந்துசெல்லுதல்: அதிகாரம், அணுகல் மற்றும் பன்முகத்தன்மை

சட்ட பன்முகத்தன்மை: நீதி கிடைக்கக்கூடியதா?

சட்ட பன்முகத்தன்மை என்பது வெவ்வேறு கலாச்சாரங்களில் வெவ்வேறு சட்ட அமைப்புகள் உள்ளன என்பதைக் குறிக்கிறது. ஒவ்வொரு சட்ட அமைப்பும் அதன் சொந்த வரலாறு, மதிப்புகள் மற்றும் நம்பிக்கைகளைக் கொண்டுள்ளது உலகில் பல வெவ்வேறு சட்ட அமைப்புகள் உள்ளன, அவற்றில் சில பின்வருமாறு:

- பொதுவான சட்டம்: பொதுவான சட்டம் என்பது இங்கிலாந்தில் உருவான ஒரு சட்ட அமைப்பு ஆகும். இது இன்று பல நாடுகளில் பயன்படுத்தப்படுகிறது, அவற்றில் அமெரிக்கா, கனடா மற்றும் ஆஸ்திரேலியா ஆகியவை அடங்கும்.

- சிவில் சட்டம்: சிவில் சட்டம் என்பது ரோமானிய சட்டத்தில் இருந்து உருவான ஒரு சட்ட அமைப்பு ஆகும். இது இன்று பல

நாடுகளில் பயன்படுத்தப்படுகிறது, அவற்றில் பிரான்ஸ், ஜெர்மனி மற்றும் ஜப்பான் ஆகியவை அடங்கும்.

- இஸ்லாமிய சட்டம்: இஸ்லாமிய சட்டம் என்பது இஸ்லாமிய மதத்தின் அடிப்படையில் உருவான ஒரு சட்ட அமைப்பு ஆகும். இது இன்று பல நாடுகளில் பயன்படுத்தப்படுகிறது, அவற்றில் சவுதி அரேபியா, ஈரான் மற்றும் இந்தோனேசியா ஆகியவை அடங்கும்.

சட்ட பன்முகத்தன்மை என்பது நீதி கிடைக்கக்கூடியது என்பதற்கான பல விளைவுகளைக் கொண்டுள்ளது.

நன்மைகள்

சட்ட பன்முகத்தன்மை பல நன்மைகளைக் கொண்டுள்ளது. முதலாவதாக, இது வெவ்வேறு கலாச்சாரங்களின் மதிப்புகள் மற்றும் நம்பிக்கைகளை பிரதிபலிக்கிறது. இரண்டாவதாக, இது சமூகத்தில் அதிகாரத்தை பரவலாக விநியோகிக்க உதவுகிறது. மூன்றாவதாக, இது வெவ்வேறு சமூகக் குழுகளுக்கு தங்கள் சொந்த நீதியை வழங்க வாய்ப்பளிக்கிறது.

தீமைகள்

சட்ட பன்முகத்தன்மை சில தீமைகளையும் கொண்டுள்ளது. முதலாவதாக, இது சட்டத்தின் ஒருமைப்பாட்டைக் குறைக்கிறது. இரண்டாவதாக, இது சட்டத்தின் வெளிப்படையான தன்மை மற்றும் கணியமான தன்மையைக் குறைக்கிறது. மூன்றாவதாக, இது சட்டத்தின் செயல்திறனைக் குறைக்கிறது.

நீதி கிடைக்கக்கூடியதன்மைக்கு தாக்கங்கள்

சட்ட பன்முகத்தன்மை நீதி கிடைக்கக்கூடியதன்மைக்கு சிக்கலான தாக்கங்களைக் கொண்டுள்ளது. ஒருபுறம், இது வெவ்வேறு சமூகக் குழுகளுக்கு தங்கள் சொந்த நீதியை வழங்க வாய்ப்பளிக்கிறது. இது நீதியின் மதிப்பை அதிகரிக்கவும், அதிகமான மக்களுக்கு நீதி கிடைக்க வாய்ப்பளிக்கவும் உதவும். மறுபுறம், சட்ட பன்முகத்தன்மை சட்டத்தின் ஒருமைப்பாட்டைக் குறைக்கலாம், இது நீதியின் துல்லியத்தையும் தரத்தையும் குறைக்கலாம்.

நீதி கிடைக்கக்கூடியதன்மைக்கு சட்ட பன்முகத்தன்மையின் தாக்கத்தை மேம்படுத்த சில வழிகள் பின்வருமாறு:

- சட்ட பன்முகத்தன்மையின் நன்மைகளை அங்கீகரித்து, அவற்றை மேம்படுத்த நடவடிக்கை எடுக்க வேண்டும்.

- சட்ட பன்முகத்தன்மையின் தீமைகளைக் குறைக்க நடவடிக்கை எடுக்க வேண்டும்.

- சட்ட பன்முகத்தன்மையின் பின்னணியிலான சமூக மற்றும் கலாச்சார வேறுபாடுகளை புரிந்துகொள்ள வேண்டும்.

சட்ட பன்முகத்தன்மை என்பது ஒரு சிக்கலான பிரச்சினையாகும், அதன் தாக்கங்கள் நீதி கிடைக்கக்கூடியதன்மையின் அடிப்படையில் விவாதிக்கப்பட வேண்டும். சட்ட பன்முகத்தன்மையின் நன்மைகளை அங்கீகரித்து, அதன் தீமைகளைக் குறைக்க நடவடிக்கை எடுப்பதன் மூலம், நாம் அனைவருக்கும் நீதி கிடைக்கக்கூடிய சமூகத்தை உருவாக்க முடியும்.

போட்டி சட்ட அமைப்புகள்: உண்மையான வழக்குகள் மற்றும் சவால்கள்

போட்டி சட்ட அமைப்புகள் என்பது பல வெவ்வேறு சட்ட அமைப்புகள் ஒரே சமூகத்தில் அல்லது பிராந்தியத்தில் ஒன்றுடன் ஒன்று போட்டியிடும் அமைப்புகள் ஆகும். இந்த அமைப்புகள் வெவ்வேறு வரலாறுகள், மதிப்புகள் மற்றும் நம்பிக்கைகளைக் கொண்டிருக்கலாம்.

போட்டி சட்ட அமைப்புகள் உள்ள சில உண்மையான வழக்குகள் பின்வருமாறு:

- இஸ்லாமிய சட்டம் மற்றும் பொதுவான சட்டம்: சவுதி அரேபியா போன்ற பல நாடுகளில், இஸ்லாமிய சட்டம் (ஷரியா) மற்றும் பொதுவான சட்டம் ஆகியவை ஒரே சமூகத்தில் ஒன்றுடன் ஒன்று போட்டியிடுகின்றன.

- வடக்கு அயர்லாந்து: வடக்கு அயர்லாந்து என்பது இரண்டு வெவ்வேறு சட்ட அமைப்புகள் உள்ள ஒரு பிராந்தியமாகும். ஐக்கிய இராச்சியத்தின் பகுதியாக இருக்கும் வடக்கு அயர்லாந்து, பொதுவான சட்டத்தைப் பயன்படுத்துகிறது. அயர்லாந்து குடியரசின் ஒரு பகுதியாக இருக்கும் தெற்கு அயர்லாந்து, சிவில் சட்டத்தைப் பயன்படுத்துகிறது.

- கனடா: கனடா என்பது பன்முக கலாச்சார நாடு ஆகும். கனடாவில், பொதுவான சட்டம், சிவில் சட்டம் மற்றும் பல்வேறு பூர்வீக அமெரிக்க சட்ட அமைப்புகள் ஆகியவை ஒரே சமூகத்தில் ஒன்றுடன் ஒன்று போட்டியிடுகின்றன.

போட்டி சட்ட அமைப்புகள் எதிர்கொள்ளும் சில சவால்கள் பின்வருமாறு:

- நீதியின் ஒருமைப்பாடு: போட்டி சட்ட அமைப்புகள், சட்டத்தின் ஒருமைப்பாட்டை பாதிக்கலாம். ஒரே சமூகத்தில் அல்லது பிராந்தியத்தில் பல வெவ்வேறு சட்ட அமைப்புகள் இருந்தால், அவை ஒன்றுக்கொன்று முரண்படும் அல்லது ஒன்றுக்கொன்று முரண்பாடான முடிவுகளை எடுக்கலாம்.

- சட்டத்தின் வெளிப்படையான தன்மை: போட்டி சட்ட அமைப்புகள், சட்டத்தின் வெளிப்படையான தன்மை மற்றும் கணியமான தன்மையை பாதிக்கலாம். ஒரே சமூகத்தில் அல்லது பிராந்தியத்தில் பல வெவ்வேறு சட்ட அமைப்புகள் இருந்தால், அவை ஒன்றுக்கொன்று முரண்பாடான சட்டங்களைக் கொண்டிருக்கலாம். இது மக்களுக்கு சட்டத்தைப் புரிந்துகொள்வதையும், தங்கள்

உரிமைகளைப் பாதுகாப்பதையும் கடினமாக்குகிறது.

- சட்டத்தின் செயல்திறன்: போட்டி சட்ட அமைப்புகள், சட்டத்தின் செயல்திறனை பாதிக்கலாம். ஒரே சமூகத்தில் அல்லது பிராந்தியத்தில் பல வெவ்வேறு சட்ட அமைப்புகள் இருந்தால், அவை ஒன்றுக்கொன்று போட்டியிடலாம். இது சட்டத்தை அமல்படுத்துவதை கடினமாக்குகிறது.

போட்டி சட்ட அமைப்புகளின் சவால்களை சமாளிக்க சில வழிகள் பின்வருமாறு:

- சட்ட ஒத்துழைப்பு: போட்டி சட்ட அமைப்புகளின் பதிலளிப்பாளர்கள், ஒருவருக்கொருவர் ஒத்துழைக்க வேண்டும். இது சட்டத்தின் ஒருமைப்பாட்டை மேம்படுத்தவும், சட்டத்தை வெளிப்படையாகவும் கணியமானதாகவும் மாற்றவும் உதவும்.

- சட்ட சீரமைப்பு: போட்டி சட்ட அமைப்புகள், ஒன்றுக்கொன்று சீரானதாக இருக்க வேண்டும். இது சட்டத்தின் செயல்திறனை மேம்படுத்த உதவும்.

- சட்டம் மற்றும் நீதிக்கான பொது விழிப்புணர்வு: போட்டி சட்ட அமைப்புகளின் பதிலளிப்பாளர்கள், சட்டம் மற்றும்

நீதிக்கான பொது விழிப்புணர்வை மேம்படுத்த வேண்டும். இது மக்களுக்கு சட்டத்தைப் புரிந்துகொள்வதையும், தங்கள் உரிமைகளைப் பாதுகாப்பதையும் எளிதாக்கும்.

போட்டி சட்ட அமைப்புகள் என்பது ஒரு சிக்கலான பிரச்சினையாகும். இந்த அமைப்புகள் எதிர்கொள்ளும் சவால்களைப் புரிந்துகொள்வதும், அவற்றை சமாளிக்க நடவடிக்கை எடுப்பதும் முக்கியம்.

அதிகார இயக்கவியல் மற்றும் சட்ட செயல்முறைகள்

அதிகார இயக்கவியல் என்பது ஒரு சமூகத்தில் அதிகாரம் எவ்வாறு விநியோகிக்கப்படுகிறது என்பதைக் குறிக்கிறது. இது அரசியல், சமூக மற்றும் பொருளாதார காரணிகள் ஆகியவற்றால் பாதிக்கப்படுகிறது. அதிகார இயக்கவியல் சட்ட செயல்முறைகள் மற்றும் முடிவுகளை வடிவமைப்பதில் ஒரு முக்கிய பங்கு வகிக்கிறது.

அதிகார இயக்கவியல் சட்ட செயல்முறைகளை எவ்வாறு பாதிக்கிறது?

அதிகார இயக்கவியல் சட்ட செயல்முறைகளை பல வழிகளில் பாதிக்கிறது. முதலாவதாக, அதிகாரம் கொண்டவர்கள் சட்ட செயல்முறைகளை கட்டுப்படுத்துகிறார்கள். அவர்கள் சட்டங்களை உருவாக்குகிறார்கள், சட்டங்களை அமல்படுத்துகிறார்கள் மற்றும் சட்டங்களை விளக்குகிறார்கள். அதிகாரம் கொண்டவர்கள் சட்ட செயல்முறைகளை தங்கள் சொந்த நலன்களுக்காக பயன்படுத்தலாம்.

இரண்டாவதாக, அதிகாரம் கொண்டவர்கள் சட்ட செயல்முறைகளில் ஈடுபடும் நபர்களின் வாய்ப்புகளை பாதிக்கிறார்கள். அதிகாரம் கொண்டவர்கள் சட்ட செயல்முறைகளில் பங்கேற்கும் வாய்ப்புகளை அதிகரிப்பது அல்லது குறைப்பது மூலம், அவர்கள் சட்ட

செயல்முறைகளின் முடிவுகளை பாதிக்க முடியும்.

மூன்றாவதாக, அதிகாரம் கொண்டவர்கள் சட்ட செயல்முறைகளின் விளைவுகளை பாதிக்கிறார்கள். அதிகாரம் கொண்டவர்கள் சட்ட செயல்முறைகளின் முடிவுகளை ஆதரிக்க அல்லது எதிர்க்க முடியும். அவர்கள் சட்ட செயல்முறைகளின் முடிவுகளை நடைமுறைப்படுத்தவும் முடியும்.

அதிகார இயக்கவியல் சட்ட முடிவுகளை எவ்வாறு பாதிக்கிறது?

அதிகார இயக்கவியல் சட்ட முடிவுகளை பல வழிகளில் பாதிக்கிறது. முதலாவதாக, அதிகாரம் கொண்டவர்கள் சட்ட முடிவுகளை எடுக்கிறார்கள். அவர்கள் சட்ட அமலாக்க அதிகாரிகளாக, நீதிபதிகளாக அல்லது சட்டமன்ற உறுப்பினர்களாக இருக்கலாம். அதிகாரம் கொண்டவர்கள் சட்ட முடிவுகளை தங்கள் சொந்த நலன்களுக்காக பயன்படுத்தலாம்.

இரண்டாவதாக, அதிகாரம் கொண்டவர்கள் சட்ட முடிவுகளை பாதிக்கும் வாய்ப்புகளைக் கொண்டுள்ளனர். அவர்கள் சட்ட முடிவுகளை ஆதரிக்கும் அல்லது எதிர்க்கும் வகையில் செல்வாக்கு செலுத்தலாம்.

மூன்றாவதாக, அதிகாரம் கொண்டவர்கள் சட்ட முடிவுகளின் விளைவுகளை பாதிக்கலாம். அவர்கள் சட்ட முடிவுகளின் விளைவுகளை ஆதரிக்க அல்லது எதிர்க்க முடியும்.

பல்வேறு சூழல்களில் அதிகார இயக்கவியல்

அதிகார இயக்கவியல் பல்வேறு சூழல்களில் சட்ட செயல்முறைகள் மற்றும் முடிவுகளை வடிவமைக்கிறது. சில எடுத்துக்காட்டுகள் பின்வருமாறு:

- அரசியல் சூழல்களில்: அதிகாரம் கொண்ட அரசியல்வாதிகள் சட்டங்களை உருவாக்குகிறார்கள், சட்டங்களை அமல்படுத்துகிறார்கள் மற்றும் சட்டங்களை விளக்குகிறார்கள். அவர்கள் சட்ட செயல்முறைகளை தங்கள் சொந்த நலன்களுக்காக பயன்படுத்தலாம்.

- சமூக சூழல்களில்: அதிகாரம் கொண்ட சமூக குழுக்கள் சட்ட செயல்முறைகளில் பங்கேற்கும் வாய்ப்புகளைப் பாதிக்கின்றன. அவர்கள் சட்ட செயல்முறைகளின் முடிவுகளை பாதிக்கலாம்.

- பொருளாதார சூழல்களில்: அதிகாரம் கொண்ட நிறுவனங்கள் சட்ட செயல்முறைகளை பாதிக்கும் வாய்ப்புகளைக் கொண்டுள்ளன. அவர்கள்

சட்ட முடிவுகளை ஆதரிக்கும் அல்லது எதிர்க்கும் வகையில் செல்வாக்கு செலுத்தலாம்.

முடிவுரை

அதிகார இயக்கவியல் என்பது சட்ட அமைப்புகளில் ஒரு முக்கிய பங்கை வகிக்கிறது. அதிகாரம் கொண்டவர்கள் சட்ட செயல்முறைகள் மற்றும் முடிவுகளை வடிவமைப்பதில் ஒரு செல்வாக்கு செலுத்தும் சக்தியாகும்.

Chapter 3: Cultural Tapestry of Law: Rituals, Narratives, and Values

அத்தியாயம் 3: சட்டத்தின் கலாச்சார நெசவு: சடங்கு, கதை, மற்றும் மதிப்புகள்

சடங்கு மற்றும் குறியீடுகள்: சட்ட நடைமுறைகள் மற்றும் நீதி பற்றிய புரிதலை வடிவமைப்பதில் அவர்களின் பங்கு

சடங்குகள் மற்றும் குறியீடுகள் என்பது சமூகத்தின் மதிப்புகள் மற்றும் நம்பிக்கைகளை வெளிப்படுத்தும் வழிமுறைகளாகும். அவை சட்ட நடைமுறைகள் மற்றும் நீதி பற்றிய புரிதலை வடிவமைப்பதில் ஒரு முக்கிய பங்கு வகிக்கின்றன.

சடங்குகள்

சடங்குகள் என்பது மீண்டும் மீண்டும் செய்யப்படும் செயல்கள் ஆகும். அவை சமூகத்தின் மதிப்புகள் மற்றும் நம்பிக்கைகளை வலுவூட்டவும், சமூக ஒற்றுமையை மேம்படுத்தவும் உதவுகின்றன.

சட்ட நடைமுறைகளில், சடங்குகள் ஒரு முக்கிய பங்கு வகிக்கின்றன. சட்ட அமலாக்கம், நீதிமன்ற நடவடிக்கைகள் மற்றும் சட்ட நிறுவனங்கள்

போன்ற சட்ட அமைப்பின் பல்வேறு அம்சங்கள் சடங்குகள் மூலம் வடிவமைக்கப்பட்டுள்ளன.

உதாரணமாக, நீதிமன்றத்தில் சடங்குகள் முக்கிய பங்கு வகிக்கின்றன. நீதிபதியின் ஆசனம், சட்டப்பூர்வ ஆடைகள் மற்றும் சட்ட உரைகள் போன்றவை நீதிமன்றத்தின் அதிகாரத்தை வெளிப்படுத்தும் சடங்குகள் ஆகும்.

சடங்குகள் சட்ட நடைமுறைகளை நியாயமானதாகவும் நம்பகமானதாகவும் காட்ட உதவுகின்றன. அவை சமூகத்திற்கு சட்ட அமைப்பு எவ்வாறு செயல்படுகிறது என்பதை புரிந்துகொள்வதற்கு உதவும்.

குறியீடுகள்

குறியீடுகள் என்பது எழுத்துப்பூர்வமான அல்லது வாய்வழி விதிமுறைகள் ஆகும். அவை சமூகத்தின் மதிப்புகள் மற்றும் நம்பிக்கைகளை வெளிப்படுத்தவும், சமூக ஒழுங்கை பராமரிக்கவும் உதவுகின்றன.

சட்ட நடைமுறைகளில், குறியீடுகள் ஒரு முக்கிய பங்கு வகிக்கின்றன. சட்டங்கள், ஒழுங்குமுறைகள் மற்றும் சட்ட நிறுவனங்களின் விதிகள் போன்றவை சட்ட அமைப்பின் பல்வேறு அம்சங்களை வடிவமைக்கும் குறியீடுகள் ஆகும்.

உதாரணமாக, சட்டங்கள் சமூகத்தில் எந்த நடத்தைகள் ஏற்றுக்கொள்ளத்தக்கவை மற்றும் எந்த நடத்தைகள் தடைசெய்யப்பட்டவை என்பதை தீர்மானிக்கின்றன.

குறியீடுகள் சட்ட நடைமுறைகளை நியாயப்படுத்தவும், சமூக ஒற்றுமையை மேம்படுத்தவும் உதவுகின்றன. அவை சமூகத்திற்கு சட்ட அமைப்பு எவ்வாறு செயல்படுகிறது என்பதை புரிந்துகொள்வதற்கு உதவும்.

சடங்குகள் மற்றும் குறியீடுகளின் தாக்கம

சடங்குகள் மற்றும் குறியீடுகள் சட்ட நடைமுறைகள் மற்றும் நீதி பற்றிய புரிதலை வடிவமைப்பதில் பல வழிகளில் தாக்கத்தை ஏற்படுத்துகின்றன.

- அவை சட்ட அமைப்பின் அதிகாரத்தை வலுவூட்டுகின்றன. சடங்குகள் மற்றும் குறியீடுகள் சட்ட அமைப்பின் நியாயமான தன்மை மற்றும் நம்பகத்தன்மையை வெளிப்படுத்துகின்றன. இது சமூகத்திற்கு சட்ட அமைப்பை ஏற்றுக்கொள்ளவும், அதன் அதிகாரத்தை ஏற்றுக்கொள்ளவும் உதவுகிறது.

- அவை சட்ட நடைமுறைகளை நியாயப்படுத்துகின்றன. சடங்குகள் மற்றும் குறியீடுகள் சட்ட நடைமுறைகளின்

நியாயமான தன்மை மற்றும் நம்பகத்தன்மையை வெளிப்படுத்துகின்றன. இது சட்ட நடைமுறைகளை எதிர்க்கும் சக்திகளை சமாளிக்க உதவுகிறது.

- அவை சமூக ஒற்றுமையை மேம்படுத்துகின்றன. சடங்குகள் மற்றும் குறியீடுகள் சமூகத்தின் மதிப்புகள் மற்றும் நம்பிக்கைகளை வலுவூட்டுகின்றன. இது சமூக ஒற்றுமையை மேம்படுத்த உதவுகிறது.

முடிவுரை

சடங்குகள் மற்றும் குறியீடுகள் என்பது சட்ட நடைமுறைகள் மற்றும் நீதி பற்றிய புரிதலை வடிவமைப்பதில் ஒரு முக்கிய பங்கு வகிக்கும் சமூக நிறுவனங்கள் ஆகும். அவை சட்ட அமைப்பின் அதிகாரத்தை வலுவூட்டுகின்றன, சட்ட நடைமுறைகளை நியாயப்படுத்துகின்றன மற்றும் சமூக ஒற்றுமையை மேம்படுத்துகின்றன.

கதை சொல்லுதல் மற்றும் கதைகள்: தகராறு தீர்வு மற்றும் சட்ட நடவடிக்கைகளில் அவர்களின் பங்கு

கதை சொல்லுதல் என்பது மனித வரலாற்றின் ஒரு முக்கிய அங்கமாகும். கதைகள் நமது கலாச்சாரம் மற்றும் மதிப்பீடுகளை வெளிப்படுத்துகின்றன, நமக்கு கற்றுக்கொள்ளவும், வளரவும் உதவுகின்றன.

கதைகள் தகராறு தீர்வு மற்றும் சட்ட நடவடிக்கைகளில் ஒரு முக்கிய பங்கு வகிக்கின்றன. கதைகள் தகராறுகளின் காரணங்களைப் புரிந்துகொள்ளவும், தீர்வுகளைக் கண்டறியவும் உதவுகின்றன. அவை சட்டத்தின் நோக்கத்தைப் புரிந்துகொள்ளவும், சட்ட நடவடிக்கைகளின் விளைவுகளைப் பற்றி சிந்திக்கவும் உதவுகின்றன.

கதை சொல்லுதல் மற்றும் தகராறு தீர்வு

கதைகள் தகராறுகளின் காரணங்களைப் புரிந்துகொள்ள உதவுகின்றன. கதைகள் நமக்கு பாத்திரங்கள், அவர்களின் நோக்கங்கள் மற்றும் அவர்களின் உறவுகளைப் பற்றி அறிய உதவுகின்றன. இது நமக்கு தகராறுகளின் மூல காரணங்களைப் புரிந்துகொள்ளவும், தீர்வுகளைக் கண்டறியவும் உதவுகிறது.

உதாரணமாக, ஒரு கதைவில், இரண்டு நபர்கள் ஒரு பொருளுக்காக வாதிடலாம். கதையின் முடிவில், நாம் அந்த இரண்டு நபர்களின் பின்னணி மற்றும் அவர்களின் நோக்கங்களைப் பற்றி அறியலாம். இது நமக்கு அவர்கள் ஏன் வாதிடுகிறார்கள் என்பதைப் புரிந்துகொள்ள உதவுகிறது.

கதைகள் தகராறுகளை தீர்க்க உதவும் திறன்களையும் கற்பிக்கின்றன. கதைகள் நமக்கு சமரசம், சமாதானம் மற்றும் மன்னிப்பு போன்ற திறன்களைப் பற்றி அறிய உதவுகின்றன.

உதாரணமாக, ஒரு கதைவில், இரண்டு நபர்கள் ஒரு தகராறுக்குப் பிறகு மீண்டும் ஒன்றாக வரலாம். கதையின் முடிவில், நாம் அவர்கள் எவ்வாறு தங்கள் வேறுபாடுகளை சமாளிக்கிறார்கள் என்பதைப் பற்றி அறியலாம். இது நமக்கு தகராறுகளை தீர்க்க உதவும் திறன்களைப் பற்றி கற்றுக்கொள்ள உதவுகிறது.

கதைகள் மற்றும் சட்ட நடவடிக்கைகள்

கதைகள் சட்டத்தின் நோக்கத்தைப் புரிந்துகொள்ள உதவுகின்றன. கதைகள் நமக்கு சட்டத்தின் நியாயமான தன்மை மற்றும் நம்பகத்தன்மையைப் பற்றி அறிய உதவுகின்றன.

உதாரணமாக, ஒரு கதைவில், ஒரு நபர் ஒரு குற்றம் சாட்டப்பட்டவர். கதையின் முடிவில் குற்றம் சாட்டப்பட்டவர் நிரபராதி என்று நிரூபிக்கப்படுகிறது. இது நமக்கு சட்டத்தின் நியாயமான தன்மை மற்றும் நம்பகத்தன்மையைப் பற்றி கற்றுக்கொள்ள உதவுகிறது.

கதைகள் சட்ட நடவடிக்கைகளின் விளைவுகளைப் பற்றி சிந்திக்க உதவுகின்றன. கதைகள் நமக்கு சட்ட நடவடிக்கைகளின் நன்மைகள் மற்றும் தீமைகள் பற்றி அறிய உதவுகின்றன.

உதாரணமாக, ஒரு கதைவில், ஒரு நபர் ஒரு குற்றத்திற்கு தண்டனையாக சிறையில் அடைக்கப்பட்டார். கதையின் முடிவில் சிறையில் அடைக்கப்பட்டவர் தண்டிக்கப்பட்டார், ஆனால் அவர் தனது குற்றத்திலிருந்து கற்றுக்கொண்டார். இது நமக்கு சட்ட நடவடிக்கைகளின் விளைவுகள் பற்றி சிந்திக்க உதவுகிறது.

முடிவுரை

கதை சொல்லுதல் மற்றும் கதைகள் தகராறு தீர்வு மற்றும் சட்ட நடவடிக்கைகளில் ஒரு முக்கிய பங்கு வகிக்கின்றன. கதைகள் தகராறுகளின் காரணங்களைப் புரிந்துகொள்ளவும், தீர்வுகளைக் கண்டறியவும்,

சட்டத்தின் நோக்கத்தைப் புரிந்துகொள்ளவும், சட்ட நடவடிக்கைகளின் விளைவுகளைப் பற்றி சிந்திக்கவும் உதவுகின்றன.

சட்டத்தின் நோக்கத்தைப் புரிந்துகொள்ளவும், சட்ட நடவடிக்கைகளின் விளைவுகளைப் பற்றி சிந்திக்கவும் உதவுகின்றன.

சட்ட அமைப்புகளில் கலாச்சார மதிப்புகள் மற்றும் ஒழுக்க நெறிக்கட்டமைப்புகளின் செல்வாக்கு

சட்ட அமைப்புகள் ஒரு சமூகத்தின் மதிப்புகள் மற்றும் நம்பிக்கைகளை பிரதிபலிக்கின்றன. கலாச்சார மதிப்புகள் மற்றும் ஒழுக்க நெறிக்கட்டமைப்புகள் சட்ட அமைப்புகளின் வளர்ச்சி மற்றும் செயல்பாட்டில் ஒரு முக்கிய பங்கு வகிக்கின்றன.

கலாச்சார மதிப்புகள்

கலாச்சார மதிப்புகள் என்பது ஒரு சமூகத்தின் உறுப்பினர்களால் பகிரப்படும் நம்பிக்கைகள் மற்றும் நெறிமுறைகள் ஆகும். அவை ஒரு சமூகத்தின் யோசனைகள், நம்பிக்கைகள் மற்றும் மதிப்புகளை வெளிப்படுத்துகின்றன.

சட்ட அமைப்புகள் கலாச்சார மதிப்புகளை பிரதிபலிக்கின்றன. எடுத்துக்காட்டாக, ஒரு சமூகம் சமத்துவத்தை மதிக்கும் பட்சத்தில், அதன் சட்ட அமைப்பு சமத்துவத்தை ஊக்குவிக்கும் சட்டங்களைக் கொண்டிருக்கும்.

ஒழுக்க நெறிக்கட்டமைப்புகள்

ஒழுக்க நெறிக்கட்டமைப்புகள் என்பது ஒரு சமூகத்தில் நல்லது மற்றும் தீமை என்ன என்பதை தீர்மானிக்கப் பயன்படுத்தப்படும்

விதிகள் மற்றும் நெறிமுறைகள் ஆகும். அவை ஒரு சமூகத்தில் நடத்தைக்கு ஒரு வழிகாட்டியாகவும், சமூக ஒழுங்கை பராமரிக்கவும் உதவுகின்றன.

சட்ட அமைப்புகள் ஒழுக்க நெறிக்கட்டமைப்புகளை பிரதிபலிக்கின்றன. எடுத்துக்காட்டாக, ஒரு சமூகம் நேர்மையைப் மதிக்கும் பட்சத்தில், அதன் சட்ட அமைப்பு நேர்மையைக் காக்கும் சட்டங்களைக் கொண்டிருக்கும்.

சட்ட அமைப்புகளில் கலாச்சார மதிப்புகள் மற்றும் ஒழுக்க நெறிக்கட்டமைப்புகளின் செல்வாக்கின் எடுத்துக்காட்டுகள்

- அமெரிக்காவில், சுதந்திரம் மற்றும் சமத்துவம் ஆகியவை முக்கிய கலாச்சார மதிப்புகள் ஆகும். இந்த மதிப்புகள் அமெரிக்க சட்ட அமைப்பில் பிரதிபலிக்கின்றன, இது தனிப்பட்ட சுதந்திரத்தைப் பாதுகாக்கும் மற்றும் சமத்துவத்தை ஊக்குவிக்கும் சட்டங்களைக் கொண்டுள்ளது.

- இஸ்லாமிய நாடுகளில், சட்டம் இஸ்லாமிய சட்டத்தின் (ஷரியா) அடிப்படையில் அமைந்துள்ளது. ஷரியா என்பது இஸ்லாமிய நம்பிக்கைகள் மற்றும் மதிப்புகளை அடிப்படையாகக் கொண்ட ஒரு ஒழுக்க நெறிக்கட்டமைப்பு ஆகும்.

- சீனாவில், குடும்பம் ஒரு முக்கியமான சமூக நிறுவனமாகும். சீன சட்ட அமைப்பு குடும்பத்தின் பாதுகாப்பை ஊக்குவிக்கும் சட்டங்களைக் கொண்டுள்ளது.

சட்ட அமைப்புகளில் கலாச்சார மதிப்புகள் மற்றும் ஒழுக்க நெறிக்கட்டமைப்புகளின் தாக்கம்

கலாச்சார மதிப்புகள் மற்றும் ஒழுக்க நெறிக்கட்டமைப்புகள் சட்ட அமைப்புகளின் வளர்ச்சி மற்றும் செயல்பாட்டில் பல வழிகளில் தாக்கத்தை ஏற்படுத்துகின்றன.

- அவை சட்ட அமைப்பின் நோக்கத்தைப் பாதிக்கின்றன. ஒரு சமூகம் சமத்துவத்தை மதிக்கும் பட்சத்தில், அதன் சட்ட அமைப்பு சமத்துவத்தை ஊக்குவிக்கும் நோக்கத்தைக் கொண்டிருக்கும்.

- அவை சட்ட அமைப்பின் கட்டமைப்பை பாதிக்கின்றன. ஒரு சமூகம் குடும்பத்தின் பாதுகாப்பை மதிக்கும் பட்சத்தில், அதன் சட்ட அமைப்பு குடும்பத்தைப் பாதுகாக்கும் சட்டங்களைக் கொண்டிருக்கும்.

- அவை சட்ட அமைப்பின் செயல்பாட்டை பாதிக்கின்றன. ஒரு சமூகம் நேர்மையைப் மதிக்கும் பட்சத்தில், அதன் சட்ட அமைப்பு நேர்மையைக் காக்கும் விதத்தில் செயல்படும்.

முடிவுரை

கலாச்சார மதிப்புகள் மற்றும் ஒழுக்க நெறிக்கட்டமைப்புகள் சட்ட அமைப்புகளின் வளர்ச்சி மற்றும் செயல்பாட்டில் ஒரு முக்கிய பங்கு வகிக்கின்றன. சட்ட அமைப்புகளைப் புரிந்துகொள்வதற்கு, அவை எவ்வாறு கலாச்சார மதிப்புகள் மற்றும் ஒழுக்க நெறிக்கட்டமைப்புகளால் பாதிக்கப்படுகின்றன என்பதைப் புரிந்துகொள்வது அவசிய

Chapter 4: Anthropology in Action: Case Studies in Legal Ethnography

அத்தியாயம் 4: செயல்பாட்டில் மானுடவியல்: சட்ட இனவியலில் வழக்கு ஆய்வுகள்

பல்வேறு சட்ட சூழல்களில் மானுடவியல் கள ஆய்வுகள்

மானுடவியல் என்பது மனித சமூகங்கள் மற்றும் கலாச்சாரங்களை ஆய்வு செய்யும் ஒரு சமூக அறிவியல் ஆகும். மானுடவியல் கள ஆய்வு என்பது ஒரு குறிப்பிட்ட சமூகத்தை நேரடியாகக் கவனித்து ஆய்வு செய்வதற்கான ஒரு முறையாகும்.

சட்டம் என்பது ஒரு சமூகத்தின் சமூக ஒழுங்கை பராமரிக்கவும், அதன் உறுப்பினர்களின் உரிமைகளைப் பாதுகாக்கவும் உதவும் ஒரு அமைப்பு ஆகும். சட்டம் என்பது ஒரு சமூகத்தின் மதிப்புகள் மற்றும் நம்பிக்கைகளை பிரதிபலிக்கிறது.

பல்வேறு சட்ட சூழல்களில் மானுடவியல் கள ஆய்வுகள், சட்டம் என்பது ஒரு சமூகத்தின் சமூக, கலாச்சார மற்றும் வரலாற்று பின்னணியில் எவ்வாறு செயல்படுகிறது என்பதைப் புரிந்துகொள்ள உதவும்.

பழங்குடி சமூகங்களில் சட்டம்

பழங்குடி சமூகங்கள் பொதுவாக தங்கள் சொந்த சட்ட அமைப்புகளைக் கொண்டுள்ளன. இந்த சட்ட அமைப்புகள் பெரும்பாலும் வாய்வழியாகப் பரிமாறப்படுகின்றன மற்றும் சமூகத்தின் மரபுகள் மற்றும் நம்பிக்கைகளை அடிப்படையாகக் கொண்டவை.

பழங்குடி சமூகங்களில் சட்டம் பொதுவாக சமத்துவம், சமூக ஒற்றுமை மற்றும் சுற்றுச்சூழல் பாதுகாப்பை ஊக்குவிக்கிறது.

பழங்குடி சமூகங்களில் சட்டத்தைப் பற்றிய மானுடவியல் கள ஆய்வுகள், இந்த சமூகங்களின் சட்ட அமைப்புகள் எவ்வாறு செயல்படுகின்றன என்பதைப் புரிந்துகொள்ள உதவும். இந்த ஆய்வுகள், பழங்குடி சமூகங்களின் சட்ட அமைப்புகள் மேற்கத்திய சட்ட அமைப்புகளிலிருந்து எவ்வாறு வேறுபடுகின்றன என்பதையும் விளக்க உதவும்.

மத நீதிமன்றங்களில் சட்டம்

மத நீதிமன்றங்கள் என்பது மத நம்பிக்கைகள் மற்றும் மதிப்புகளை அடிப்படையாகக் கொண்ட சட்ட அமைப்புகளாகும். மத நீதிமன்றங்கள் பொதுவாக ஒரு குறிப்பிட்ட மதத்தைப் பின்பற்றும் மக்களுக்கு சேவை செய்கின்றன.

மத நீதிமன்றங்களில் சட்டம் பொதுவாக மதக் கோட்பாடுகளை அடிப்படையாகக் கொண்டது. இந்த சட்டம் பொதுவாக சமூக ஒழுங்கை பராமரிக்கவும், மதக் கோட்பாடுகளை நிலைநிறுத்தவும் உதவுகிறது.

மத நீதிமன்றங்களில் சட்டத்தைப் பற்றிய மானுடவியல் கள ஆய்வுகள், இந்த நீதிமன்றங்கள் எவ்வாறு செயல்படுகின்றன என்பதைப் புரிந்துகொள்ள உதவும். இந்த ஆய்வுகள், மத நீதிமன்றங்கள் மேற்கத்திய சட்ட அமைப்புகளிலிருந்து எவ்வாறு வேறுபடுகின்றன என்பதையும் விளக்க உதவும்.

முறைசாரா நீதி அமைப்புகளில் சட்டம

முறைசாரா நீதி அமைப்புகள் என்பது அரசு சட்ட அமைப்புக்கு வெளியே செயல்படும் சட்ட அமைப்புகளாகும். முறைசாரா நீதி அமைப்புகள் பொதுவாக சமூகத்தின் குறைந்த வருவாய் கொண்ட அல்லது பழங்குடி குழுக்களால் பயன்படுத்தப்படுகின்றன.

முறைசாரா நீதி அமைப்புகளில் சட்டம் பொதுவாக சமூக ஒழுங்கை பராமரிக்கவும், சமூகத்தின் உறுப்பினர்களுக்கு நீதி கிடைப்பதை உறுதிப்படுத்தவும் உதவுகிறது.

முறைசாரா நீதி அமைப்புகளில் சட்டத்தைப் பற்றிய மானுடவியல் கள ஆய்வுகள், இந்த

அமைப்புகள் எவ்வாறு செயல்படுகின்றன என்பதைப் புரிந்துகொள்ள உதவும். இந்த ஆய்வுகள், முறைசாரா நீதி அமைப்புகள் மேற்கத்திய சட்ட அமைப்புகளிலிருந்து எவ்வாறு வேறுபடுகின்றன என்பதையும் விளக்க உதவும்.

சட்ட மானுடவியலாளர்கள் எதிர்கொள்ளும் நெறிமுறை கருத்துகள் மற்றும் சவால்கள்

சட்ட மானுடவியல் என்பது சட்டம் மற்றும் சமூகத்தின் தொடர்புகளைப் ஆய்வு செய்யும் ஒரு சமூக அறிவியல் ஆகும். சட்ட மானுடவியலாளர்கள் பல்வேறு சட்ட சூழல்களில் கள ஆய்வுகளை மேற்கொள்கின்றனர், அவை பழங்குடி சமூகங்கள், மத நீதிமன்றங்கள் மற்றும் முறைசாரா நீதி அமைப்புகள் போன்றவை.

சட்ட மானுடவியலாளர்கள் தங்கள் ஆய்வுகளின் மூலம், சட்டம் என்பது ஒரு சமூகத்தின் சமூக, கலாச்சார மற்றும் வரலாற்று பின்னணியில் எவ்வாறு செயல்படுகிறது என்பதைப் புரிந்துகொள்ள உதவுகின்றனர். இருப்பினும், சட்ட மானுடவியலாளர்கள் தங்கள் ஆய்வுகளின் போது பல நெறிமுறை கருத்துகள் மற்றும் சவால்களை எதிர்கொள்கின்றனர்.

நெறிமுறை கருத்துகள்

சட்ட மானுடவியலாளர்கள் எதிர்கொள்ளும் சில முக்கிய நெறிமுறை கருத்துகள் பின்வருமாறு:

* மனித உரிமைகள்: சட்ட மானுடவியலாளர்கள் தங்கள் ஆய்வுகளில் மனித உரிமைகளை மதிக்க வேண்டும். இது, ஆய்வின் போது

பங்கேற்பாளர்களின் உரிமைகளைப் பாதுகாப்பதை உள்ளடக்கியது.

- விருப்பம்: சட்ட மானுடவியலாளர்கள் தங்கள் ஆய்வில் பங்கேற்க பங்கேற்பாளர்களிடம் உறுதியான விருப்பத்தைப் பெற வேண்டும்.

- பாரபட்சம்: சட்ட மானுடவியலாளர்கள் தங்கள் ஆய்வில் பாரபட்சமற்றதாக இருக்க வேண்டும். இது, தங்கள் சொந்த கலாச்சார மற்றும் நம்பிக்கைகள் பங்கேற்பாளர்களின் கருத்துக்களைப் பாதிக்காமல் இருப்பதை உறுதிசெய்ய வேண்டும்.

- மரபுகள்: சட்ட மானுடவியலாளர்கள் பங்கேற்பாளர்களின் கலாச்சார மரபுகளை மதிக்க வேண்டும். இது, ஆய்வின் போது பங்கேற்பாளர்களின் தனிப்பட்ட வாழ்க்கையில் தலையிடாமல் இருப்பதை உள்ளடக்கியது.

சவால்கள்

சட்ட மானுடவியலாளர்கள் எதிர்கொள்ளும் சில முக்கிய நெறிமுறை சவால்கள் பின்வருமாறு:

- தனிப்பட்ட பாதுகாப்பு: சட்ட மானுடவியலாளர்கள் தங்கள் ஆய்வின் போது ஆபத்தில் இருக்கலாம். இது, அரசாங்கத்தால் துன்புறுத்தப்படுதல், வன்முறைக்கு

ஆளாகல் அல்லது பங்கேற்பாளர்களிடமிருந்து தவறான தகவல்களைப் பெறுவதற்கான அழுத்தம் போன்றவை அடங்கும்.

- நிதியுதவி: சட்ட மானுடவியலாளர்கள் பெரும்பாலும் தங்கள் ஆய்வுகளுக்கு நிதியுதவி பெறுவார்கள். இந்த நிதியுதவி தங்கள் ஆய்வின் நெறிமுறைகளை பாதிக்கலாம்.

- அறிவியல் மீதான அழுத்தம்: சட்ட மானுடவியலாளர்கள் தங்கள் ஆய்வின் முடிவுகள் அறிவியல் ரீதியாக பொருத்தமானதாக இருப்பதை உறுதிசெய்ய வேண்டும். இது, சில நேரங்களில் நெறிமுறை கொள்கைகளைப் புறக்கணிக்க வழிவகுக்கும்.

முடிவுரை

சட்ட மானுடவியலாளர்கள் தங்கள் ஆய்வின் போது பல நெறிமுறை கருத்துகள் மற்றும் சவால்களை எதிர்கொள்கின்றனர். இந்த சவால்களைப் புரிந்துகொள்வது மற்றும் அவற்றை எவ்வாறு சமாளிக்க வேண்டும் என்பதை அறிவது முக்கியம். சட்ட மானுடவியலாளர்கள் தங்கள் ஆய்வின் நெறிமுறைகளைப் பின்பற்றுவதையும், பங்கேற்பாளர்களின் உரிமைகளைப் பாதுகாப்பதையும் உறுதிசெய்ய வேண்டும்.

ஆழ்ந்த ஆய்வு மற்றும் பங்கேற்பு கவனிப்பு மூலம் பெறப்பட்ட உணர்வுகளை சிறப்பித்து, முன்னிலைப்படுத்துதல்

ஆழ்ந்த ஆய்வு என்பது ஒரு குறிப்பிட்ட தலைப்பில் அல்லது சிக்கலில் ஆழமான புரிதலைப் பெறுவதற்காக ஒரு குறிப்பிட்ட சமூகத்தை நேரடியாகக் கவனிப்பதை உள்ளடக்கிய ஒரு முறையாகும். பங்கேற்பு கவனிப்பு என்பது ஆய்வாளர் ஒரு குறிப்பிட்ட சமூகத்தின் வாழ்க்கையில் ஒரு பகுதியாக மாறி, அதன் உறுப்பினர்களுடன் தொடர்புகொண்டு அவர்களின் அனுபவங்களை நேரடியாகக் கவனிப்பதை உள்ளடக்கிய ஒரு முறையாகும்.

இந்த இரண்டு முறைகளும் உணர்வுகளைப் புரிந்துகொள்வதில் முக்கியமானவை. ஆழ்ந்த ஆய்வு, உணர்வுகளை உருவாக்குவதற்கும் பராமரிப்பதற்கும் காரணமான சமூக மற்றும் கலாச்சார காரணிகளைப் புரிந்துகொள்ள உதவுகிறது. பங்கேற்பு கவனிப்பு, உணர்வுகளை வெளிப்படுத்தும் வழிகளைப் புரிந்துகொள்ள உதவுகிறது.

ஆழ்ந்த ஆய்வு மற்றும் பங்கேற்பு கவனிப்பு மூலம் பெறப்பட்ட உணர்வுகளை சிறப்பித்து, முன்னிலைப்படுத்துவது பல வழிகளில் செய்யப்படலாம்.

உணர்வுகளைப் பற்றிய தகவல்களை வழங்குதல்

ஆழ்ந்த ஆய்வு மற்றும் பங்கேற்பு கவனிப்பு, உணர்வுகளை உருவாக்குவதற்கும் பராமரிப்பதற்கும் காரணமான சமூக மற்றும் கலாச்சார காரணிகள் பற்றிய தகவல்களை வழங்குகிறது. இந்த தகவல்கள், உணர்வுகளைப் பற்றிய புரிதலை மேம்படுத்தவும், அவற்றை எவ்வாறு நிர்வகிப்பது என்பதற்கான புதிய வழிவகைகளை உருவாக்கவும் உதவும்.

உணர்வுகளை வெளிப்படுத்தும் வழிகளைப் பற்றிய தகவல்களை வழங்குதல்

பங்கேற்பு கவனிப்பு, உணர்வுகளை வெளிப்படுத்தும் வழிகளைப் பற்றிய தகவல்களை வழங்குகிறது. இந்த தகவல்கள், உணர்வுகளைப் பற்றிய புரிதலை மேம்படுத்தவும், அவற்றை எவ்வாறு வெளிப்படுத்துவது என்பதற்கான புதிய வழிவகைகளை உருவாக்கவும் உதவும்.

உணர்வுகளைப் பற்றிய கதைகளை வழங்குதல்

ஆழ்ந்த ஆய்வு மற்றும் பங்கேற்பு கவனிப்பு, உணர்வுகளைப் பற்றிய கதைகளை வழங்குகிறது. இந்த கதைகள், உணர்வுகளைப் பற்றிய புரிதலை மேம்படுத்தவும், அவற்றை எவ்வாறு புரிந்துகொள்வது என்பதற்கான புதிய வழிவகைகளை உருவாக்கவும் உதவும்.

உணர்வுகளைப் பற்றிய ஆய்வுகளை மேற்கொள்தல்

ஆழ்ந்த ஆய்வு மற்றும் பங்கேற்பு கவனிப்பு, உணர்வுகளைப் பற்றிய ஆய்வுகளை மேற்கொள்வதற்கு ஒரு வலுவான அடிப்படையை வழங்குகிறது. இந்த ஆய்வுகள், உணர்வுகளைப் பற்றிய புரிதலை மேலும் மேம்படுத்தவும், அவற்றை எவ்வாறு நிர்வகிப்பது என்பதற்கான புதிய வழிமுறைகளை உருவாக்கவும் உதவும்.

உணர்வுகளைப் பற்றிய கல்வி மற்றும் பயிற்சிகளை வழங்குதல்

ஆழ்ந்த ஆய்வு மற்றும் பங்கேற்பு கவனிப்பு, உணர்வுகளைப் பற்றிய கல்வி மற்றும் பயிற்சிகளை வழங்குவதற்கு ஒரு வலுவான அடிப்படையை வழங்குகிறது. இந்த கல்வி மற்றும் பயிற்சிகள், உணர்வுகளைப் பற்றிய புரிதலை மேம்படுத்தவும், அவற்றை எவ்வாறு நிர்வகிப்பது என்பதற்கான திறன்களை மேம்படுத்தவும் உதவும்.

முடிவுரை

ஆழ்ந்த ஆய்வு மற்றும் பங்கேற்பு கவனிப்பு மூலம் பெறப்பட்ட உணர்வுகளை சிறப்பித்து, முன்னிலைப்படுத்துவது, உணர்வுகளைப் பற்றிய புரிதலை மேம்படுத்தவும், அவற்றை எவ்வாறு நிர்வகிப்பது

என்பதற்கான புதிய வழிமுறைகளை உருவாக்கவும் உதவும்.

Chapter 5: Justice and Transformation: Anthropological Contributions

அத்தியாயம் 5: நீதி மற்றும் மாற்றம்: மானுடவியல் பங்களிப்புகள்

சட்ட அமைப்புகள் சமூக மாற்றத்தை இயக்குகின்றன

சட்ட அமைப்புகள் சமூக மாற்றத்தை இயக்குவதில் ஒரு முக்கிய பங்கு வகிக்கின்றன. அவை சமூகத்தின் மதிப்புகள், நம்பிக்கைகள் மற்றும் அபிலாஷைகளை பிரதிபலிக்கின்றன, மேலும் அவை சமூக நடத்தையைக் கட்டுப்படுத்தும் நெறிமுறைகள் மற்றும் விதிகள் ஆகியவற்றை வழங்குகின்றன.

சட்ட அமைப்புகள் சமூக மாற்றத்தை இயக்கும் மூன்று முக்கிய வழிகள் பின்வருமாறு:

- புதிய சட்டங்களை நிறைவேற்றுவதன் மூலம்

- பழைய சட்டங்களை திருத்துவதன் மூலம்

- சட்டத்தின் விளக்கத்தை மாற்றுவதன் மூலம்

புதிய சட்டங்களை நிறைவேற்றுவதன் மூலம்

புதிய சட்டங்கள் சமூகத்தின் மதிப்புகள் மற்றும் நம்பிக்கைகளில் ஏற்படும் மாற்றங்களை

பிரதிபலிக்கின்றன. எடுத்துக்காட்டாக, 1964 ஆம் ஆண்டு அமெரிக்க உள்நாட்டு உரிமைகள் சட்டம் இனப் பாகுபாட்டை தடைசெய்தது, இது அமெரிக்க சமூகத்தில் இன சமத்துவத்தை ஊக்குவிக்க உதவியது.

பழைய சட்டங்களை திருத்துவதன் மூலம்

பழைய சட்டங்களை திருத்துவதன் மூலம், சட்ட அமைப்புகள் சமூக மாற்றத்தை பிரதிபலிக்க முடியும். எடுத்துக்காட்டாக, 1920 ஆம் ஆண்டு அமெரிக்க வாக்குரிமை சட்டம் பெண்களுக்கு வாக்குரிமையை வழங்கியது, இது அமெரிக்க சமூகத்தில் பெண்களின் சமத்துவத்தை ஊக்குவிக்க உதவியது.

சட்டத்தின் விளக்கத்தை மாற்றுவதன் மூலம்

சட்டத்தின் விளக்கத்தை மாற்றுவதன் மூலம், சட்ட அமைப்புகள் சமூக மாற்றத்தை ஏற்படுத்தும். எடுத்துக்காட்டாக, 1954 ஆம் ஆண்டு சூடன் பள்ளி வழக்கு ஸ்கோட்லண்ட்வுட் உயர்நிலைப் பள்ளி, அமெரிக்க உயர் நீதிமன்றம் தனிமைப்படுத்தப்பட்ட பள்ளிகளை சட்டவிரோதமானது என்று தீர்ப்பளித்தது. இந்த தீர்ப்பு அமெரிக்க சமூகத்தில் இன சமத்துவத்தை ஊக்குவிக்க உதவியது.

சட்ட அமைப்புகள் சமூக மாற்றத்தை தடுக்கின்றன

சட்ட அமைப்புகள் சமூக மாற்றத்தை தடுக்கவும் முடியும். அவை சமூகத்தின் நிலுவையில் உள்ள பிரச்சினைகளைத் தீர்க்காமல் இருப்பதன் மூலமும், சமூக மாற்றத்தை எதிர்க்கும் சட்டங்களை நிறைவேற்றுவதன் மூலமும், சமூக மாற்றத்தை எதிர்க்கும் சட்டங்களின் விளக்கத்தை வழங்குவதன் மூலமும் இதைச் செய்யலாம்.

சட்ட அமைப்புகள் சமூக மாற்றத்தை எவ்வாறு தடுக்கின்றன என்பதற்கான சில எடுத்துக்காட்டுகள் பின்வருமாறு:

- நிலுவையில் உள்ள பிரச்சினைகளைத் தீர்க்காமல் இருப்பதன் மூலம்

உதாரணமாக, அமெரிக்காவில், போதைப்பொருள் சிகிச்சை மற்றும் தடுப்பை ஊக்குவிக்க போதிய நிதி ஒதுக்கப்படவில்லை. இதனால், போதைப்பொருள் பயன்பாடு மற்றும் துஷ்பிரயோகம் தொடர்ந்து ஒரு பிரச்சினையாக உள்ளது.

- சமூக மாற்றத்தை எதிர்க்கும் சட்டங்களை நிறைவேற்றுவதன் மூலம்

உதாரணமாக, சீனாவில், அரசாங்கம் மத சுதந்திரத்தை கட்டுப்படுத்தும் சட்டங்களை நிறைவேற்றியுள்ளது. இந்த சட்டங்கள் சீன

சமூகத்தில் மத துன்புறுத்தலை அதிகரித்துள்ளன.

உலகளாவிய மனித உரிமைகள் மற்றும் உள்ளூர் நீதி நடைமுறைகளுக்கு இடையேயான பதற்றங்கள் மற்றும் ஒத்துழைப்புகள்

உலகளாவிய மனித உரிமைகள் என்பது அனைத்து மனிதர்களுக்கும் பொதுவான உரிமைகள் மற்றும் சுதந்திரங்கள் ஆகும். அவை அனைத்து நாடுகளிலும், அனைத்து சட்ட அமைப்புகளிலும் பொருந்தும். உள்ளூர் நீதி நடைமுறைகள் என்பது ஒரு குறிப்பிட்ட சமூகத்தின் சட்டங்கள் மற்றும் கலாச்சாரம் ஆகும்.

உலகளாவிய மனித உரிமைகள் மற்றும் உள்ளூர் நீதி நடைமுறைகளுக்கு இடையே பதற்றங்கள் மற்றும் ஒத்துழைப்புகள் உள்ளன.

பதற்றங்கள்

உலகளாவிய மனித உரிமைகள் மற்றும் உள்ளூர் நீதி நடைமுறைகளுக்கு இடையேயான பதற்றங்கள் பின்வருமாறு:

- மதிப்புகள் மற்றும் நம்பிக்கைகளில் வேறுபாடுகள்: உலகளாவிய மனித உரிமைகள் பொதுவாக பகுத்தறிவு, சமத்துவம் மற்றும் சுதந்திரம் போன்ற மதிப்புகளை அடிப்படையாகக் கொண்டவை. உள்ளூர் நீதி நடைமுறைகள்

பெரும்பாலும் பழங்குடி மரபுகள் மற்றும் நம்பிக்கைகளை அடிப்படையாகக் கொண்டவை. இந்த வேறுபாடுகள் பதற்றங்களுக்கு வழிவகுக்கும்.

- சட்ட அமைப்புகளில் வேறுபாடுகள்: உலகளாவிய மனித உரிமைகள் பொதுவாக எழுதப்பட்ட சட்டங்களை அடிப்படையாகக் கொண்டவை. உள்ளூர் நீதி நடைமுறைகள் பெரும்பாலும் வாய்வழியாகப் பரிமாறப்படும் சட்டங்களை அடிப்படையாகக் கொண்டவை. இந்த வேறுபாடுகள் பதற்றங்களுக்கு வழிவகுக்கும்.

ஒத்துழைப்பு

உலகளாவிய மனித உரிமைகள் மற்றும் உள்ளூர் நீதி நடைமுறைகளுக்கு இடையேயான ஒத்துழைப்பு பின்வருமாறு:

- பொதுவான மதிப்புகள்: உலகளாவிய மனித உரிமைகள் மற்றும் உள்ளூர் நீதி நடைமுறைகள் இரண்டும் பொதுவான மதிப்புகளைப் பகிர்ந்து கொள்கின்றன, அதாவது மனிதனின் கண்ணியம் மற்றும் மதிப்பு. இந்த பொதுவான மதிப்புகள் ஒத்துழைப்புகளுக்கு வழிவகுக்கும்.

- பெண்கள் மற்றும் குழந்தைகளின் உரிமைகள்: உலகளாவிய மனித உரிமைகள் மற்றும் உள்ளூர் நீதி நடைமுறைகள் இரண்டும் பெண்கள் மற்றும் குழந்தைகளின் உரிமைகளைப் பாதுகாக்க ஒப்புக்கொள்கின்றன. இந்த ஒப்புதல் ஒத்துழைப்புகளுக்கு வழிவகுக்கும்.

புரிதல் ஏற்படுத்துதல்

உலகளாவிய மனித உரிமைகள் மற்றும் உள்ளூர் நீதி நடைமுறைகளுக்கு இடையேயான பதற்றங்களைப் புரிந்துகொள்வதும், அவை ஒத்துழைக்கும் வழிகளைக் கண்டறிவதும் முக்கியம்.

பதற்றங்களைப் புரிந்துகொள்வதற்கு, பின்வரும் விஷயங்களைக் கருத்தில் கொள்வது அவசியம்:

- மதிப்புகள் மற்றும் நம்பிக்கைகளில் உள்ள வேறுபாடுகள்: இந்த வேறுபாடுகள் எவ்வாறு பதற்றங்களுக்கு வழிவகுக்கின்றன என்பதை புரிந்துகொள்வது அவசியம்.

- சட்ட அமைப்புகளில் உள்ள வேறுபாடுகள்: இந்த வேறுபாடுகள் எவ்வாறு பதற்றங்களுக்கு வழிவகுக்கின்றன என்பதை புரிந்துகொள்வது அவசியம்.

ஒத்துழைக்கும் வழிகளைக் கண்டறிய, பின்வரும் விஷயங்களைக் கருத்தில் கொள்வது அவசியம்:

- பொதுவான மதிப்புகளைப் பாதுகாப்பதில் கவனம் செலுத்துதல்: உலகளாவிய மனித உரிமைகள் மற்றும் உள்ளூர் நீதி நடைமுறைகள் இரண்டும் பகிர்ந்து கொள்ளும் பொதுவான மதிப்புகளைப் பாதுகாப்பதில் கவனம் செலுத்த வேண்டும்.

- பெண்கள் மற்றும் குழந்தைகளின் உரிமைகளுக்கு முன்னுரிமை அளித்தல்: பெண்கள் மற்றும் குழந்தைகளின் உரிமைகளுக்கு முன்னுரிமை அளிப்பதில் கவனம் செலுத்த வேண்டும்.

உலகளாவிய மனித உரிமைகள் மற்றும் உள்ளூர் நீதி நடைமுறைகளுக்கு இடையேயான பதற்றங்களைப் புரிந்துகொண்டு, அவை ஒத்துழைக்கும் வழிகளைக் கண்டறிவது அவசியம்.

சட்ட சீர்திருத்தத்தைத் தகவலறிவிக்கவும், நீதிக்குப் பண்பாட்டு ரீதியான அணுகுமுறைகளை ஊக்குவிக்கவும் மானுடவியலின் திறன்

மானுடவியல் என்பது மனித சமூகங்கள் மற்றும் கலாச்சாரங்களை ஆய்வு செய்யும் ஒரு சமூக அறிவியல் ஆகும். மானுடவியலாளர்கள் பல்வேறு முறைகளைப் பயன்படுத்தி தங்கள் ஆய்வுகளை மேற்கொள்கின்றனர், அதில் கள ஆய்வு, உரையாடல்கள் மற்றும் ஆவண ஆய்வு ஆகியவை அடங்கும்.

மானுடவியல் சட்ட சீர்திருத்தத்தைத் தகவலறிவிக்கவும், நீதிக்குப் பண்பாட்டு ரீதியான அணுகுமுறைகளை ஊக்குவிக்கவும் பல வழிகளில் பயன்படுத்தப்படலாம்.

சட்ட சீர்திருத்தத்தைத் தகவலறிவிக்க மானுடவியல்

மானுடவியல் சட்ட சீர்திருத்தத்தைத் தகவலறிவிக்க இரண்டு முக்கிய வழிகளில் பயன்படுத்தப்படலாம். முதலாவதாக, மானுடவியல் சட்ட அமைப்புகள் எவ்வாறு செயல்படுகின்றன என்பதைப் பற்றிய புரிதலை வழங்க முடியும். மானுடவியலாளர்கள் சட்ட அமைப்புகளின் கட்டமைப்பு, செயல்முறைகள் மற்றும் பங்குதாரர்கள் பற்றிய ஆய்வுகளை மேற்கொள்கின்றனர். இந்த ஆய்வுகள் சட்ட

சீர்திருத்தங்களை வடிவமைக்கவும் செயல்படுத்தவும் தேவையான தகவல்களை வழங்க முடியும்.

இரண்டாவதாக, மானுடவியல் சட்ட அமைப்புகள் சமூகத்தின் மீது எவ்வாறு தாக்கத்தை ஏற்படுத்துகின்றன என்பதைப் பற்றிய புரிதலை வழங்க முடியும். மானுடவியலாளர்கள் சட்ட அமைப்புகள் சமூக சமத்துவம், பாகுபாடு மற்றும் நியாயத்தின் மதிப்புகளை எவ்வாறு பிரதிபலிக்கின்றன என்பதை ஆய்வு செய்கின்றனர். இந்த ஆய்வுகள் சட்ட சீர்திருத்தங்கள் சமூகத்தின் சமூக-பொருளாதார மற்றும் கலாச்சார கட்டமைப்பில் எவ்வாறு தாக்கத்தை ஏற்படுத்தும் என்பதைப் புரிந்துகொள்ள உதவும்.

நீதிக்குப் பண்பாட்டு ரீதியான அணுகுமுறைகளை ஊக்குவிக்க மானுடவியல்

மானுடவியல் நீதிக்குப் பண்பாட்டு ரீதியான அணுகுமுறைகளை ஊக்குவிக்க இரண்டு முக்கிய வழிகளில் பயன்படுத்தப்படலாம். முதலாவதாக, மானுடவியல் வெவ்வேறு கலாச்சாரங்களில் நீதி என்ற கருத்தைப் பற்றிய புரிதலை வழங்க முடியும். மானுடவியலாளர்கள் பல்வேறு கலாச்சாரங்களில் நீதி அமைப்புகள் மற்றும் நடைமுறைகள் எவ்வாறு வேறுபடுகின்றன என்பதை ஆய்வு செய்கின்றனர். இந்த ஆய்வுகள் சட்ட

சீர்திருத்தங்களை வடிவமைக்கவும் செயல்படுத்தவும் தேவையான தகவல்களை வழங்க முடியும்.

இரண்டாவதாக, மானுடவியல் வெவ்வேறு கலாச்சாரங்களில் உள்ள மக்களின் நீதி தொடர்பான அனுபவங்களைப் பற்றிய புரிதலை வழங்க முடியும். மானுடவியலாளர்கள் வெவ்வேறு கலாச்சாரங்களில் உள்ள மக்களுடன் நேரடியாக தொடர்புகொண்டு அவர்களின் அனுபவங்களைக் கேட்டறிகின்றனர். இந்த ஆய்வுகள் சட்ட அமைப்புகள் சமூகத்தின் அனைத்து உறுப்பினர்களுக்கும் நீதி வழங்குவதை உறுதிப்படுத்துவது எவ்வாறு முக்கியம் என்பதைப் புரிந்துகொள்ள உதவும்.

முடிவுரை

மானுடவியல் சட்ட சீர்திருத்தத்தைத் தகவலறிவிக்கவும், நீதிக்குப் பண்பாட்டு ரீதியான அணுகுமுறைகளை ஊக்குவிக்கவும் ஒரு சக்திவாய்ந்த கருவியாகும். மானுடவியலின் தரவு மற்றும் கருத்துக்கள் சட்ட சீர்திருத்தங்களை உருவாக்குவதற்கும் செயல்படுத்துவதற்கும் தேவையான தகவல்களை வழங்க முடியும்.

Chapter 6: Towards a Broader Justice: Rethinking Law and Anthropology

அத்தியாயம் 6: இன்னும் விரிந்த நீதி நோக்கி: சட்டம் மற்றும் மானுடவியலை மறுபரிசீலனை செய்தல்

நீதியைப் புரிந்து கொள்ள மானுடவியல் பார்வையைப் பயன்படுத்துவதன் சவால்கள் மற்றும் வாய்ப்புகள்

நீதி என்பது ஒரு சிக்கலான கருத்தாகும், அதை பலவிதமான கோணங்களில் இருந்து அணுகலாம். மானுடவியல் என்பது ஒரு சமூக அறிவியல் ஆகும், இது மனித சமூகங்கள் மற்றும் கலாச்சாரங்களை ஆய்வு செய்கிறது. மானுடவியல் பார்வை நீதியைப் புரிந்துகொள்வதற்கான ஒரு சக்திவாய்ந்த கருவியாகும், ஏனெனில் அது நீதியின் பல்வேறு கலாச்சார மற்றும் வரலாற்று வெளிப்பாடுகளை ஆய்வு செய்கிறது.

நீதியைப் புரிந்துகொள்ள மானுடவியல் பார்வையைப் பயன்படுத்துவதன் சவால்கள்

மானுடவியல் பார்வையைப் பயன்படுத்துவதன் சில சவால்கள் பின்வருமாறு:

- நீதியின் வரையறை: நீதி என்பது ஒரு சிக்கலான கருத்தாகும், அதற்கு பல வரையறைகள் உள்ளன. மானுடவியலாளர்கள் நீதியின் எந்த வரையறையைப் பயன்படுத்துவது என்பதை தீர்மானிக்க வேண்டும்.

- தரவு சேகரிப்பு: மானுடவியலாளர்கள் நீதியைப் பற்றிய தகவல்களை சேகரிக்க பல்வேறு முறைகளைப் பயன்படுத்துகின்றனர், அதில் கள ஆய்வு, உரையாடல்கள் மற்றும் ஆவண ஆய்வு ஆகியவை அடங்கும். இந்த முறைகள் அனைத்தும் தங்கள் சொந்த சவால்களைக் கொண்டுள்ளன.

- தரவு விளக்கம்: மானுடவியலாளர்கள் தங்கள் ஆய்வுகளின் முடிவுகளை விளக்க வேண்டும். இந்த விளக்கம் நியாயமான மற்றும் துல்லியமாகவும் இருக்க வேண்டும்.

நீதியைப் புரிந்துகொள்ள மானுடவியல் பார்வையைப் பயன்படுத்துவதன் வாய்ப்புகள்

மானுடவியல் பார்வையைப் பயன்படுத்துவதன் சில வாய்ப்புகள் பின்வருமாறு:

- நீதியின் பல்வேறு கலாச்சார மற்றும் வரலாற்று வெளிப்பாடுகளை ஆய்வு செய்வதற்கான திறன்: மானுடவியலாளர்கள் பல்வேறு கலாச்சாரங்கள் மற்றும்

வரலாறுகளில் நீதி எவ்வாறு புரிந்து கொள்ளப்படுகிறது என்பதை ஆய்வு செய்ய முடியும். இந்த ஆய்வுகள் நீதியைப் பற்றிய நமது புரிதலை விரிவுபடுத்த முடியும்.

- நீதி அமைப்புகளின் சமூக மற்றும் கலாச்சார தாக்கங்களை ஆய்வு செய்வதற்கான திறன்: மானுடவியலாளர்கள் நீதி அமைப்புகள் சமூகத்தின் சமூக மற்றும் கலாச்சார கட்டமைப்பில் எவ்வாறு தாக்கத்தை ஏற்படுத்துகின்றன என்பதை ஆய்வு செய்ய முடியும். இந்த ஆய்வுகள் நீதி அமைப்புகளை மேம்படுத்துவதற்கான வழிகளைக் கண்டறிய உதவும்.

- நீதி தொடர்பான பல்வேறு குழுக்களின் அனுபவங்களைப் பற்றிய புரிதலை மேம்படுத்துவதற்கான திறன்: மானுடவியலாளர்கள் வெவ்வேறு சமூக மற்றும் கலாச்சார குழுக்களின் நீதி தொடர்பான அனுபவங்களைப் பற்றிய புரிதலை மேம்படுத்த முடியும். இந்த புரிதல் நீதிக்குப் பிறழ்வுகளை அடையாளம் காணவும், நீதி அமைப்புகளை மேம்படுத்தவும் உதவும்.

முடிவுரை

மானுடவியல் பார்வை நீதியைப் புரிந்துகொள்வதற்கான ஒரு சக்திவாய்ந்த கருவியாகும். இருப்பினும், இந்த பார்வையைப்

பயன்படுத்துவதில் சில சவால்கள் உள்ளன. இந்த சவால்களைத் தீர்க்க, மானுடவியலாளர்கள் நீதியின் வரையறை, தரவு சேகரிப்பு மற்றும் தரவு விளக்கம் ஆகியவற்றைப் பற்றிய கவனமாக சிந்திக்க வேண்டும்.

பயன்படுத்துவதில் சில சவால்கள் உள்ளன. இந்த சவால்களைத் தீர்க்க, மானுடவியலாளர்கள் நீதியின் வரையறை, தரவு சேகரிப்பு மற்றும் தரவு விளக்கம் ஆகியவற்றைப் பற்றிய கவனமாக சிந்திக்க வேண்டும்.

சட்ட மானுடவியல் ஆய்வில் உருவாகி வரும் போக்குகள் மற்றும் எதிர்கால திசைவழிகாட்டிகள்

சட்ட மானுடவியல் என்பது சட்டம் மற்றும் கலாச்சாரம் ஆகியவற்றுக்கு இடையிலான உறவை ஆய்வு செய்யும் ஒரு சமூக அறிவியல் ஆகும். இது சட்டம் எவ்வாறு கலாச்சாரத்தால் வடிவமைக்கப்படுகிறது என்பதையும், கலாச்சாரம் எவ்வாறு சட்டத்தை வடிவமைக்கிறது என்பதையும் ஆய்வு செய்கிறது.

சட்ட மானுடவியல் ஆய்வில் உருவாகி வரும் சில போக்குகள் பின்வருமாறு:

- பன்முகத்தன்மை மற்றும் வேறுபாடு: சட்ட மானுடவியலாளர்கள் பல்வேறு கலாச்சாரங்கள் மற்றும் சமூக குழுக்களில் உள்ள சட்டத்தின் செயல்பாட்டை ஆய்வு செய்வதில் அதிக கவனம் செலுத்துகின்றனர். இந்த ஆய்வுகள் சட்டம் எவ்வாறு சமத்துவம் மற்றும் நீதியை ஊக்குவிப்பதில் சிக்கல்களை எதிர்கொள்கிறது என்பதை வெளிப்படுத்தியுள்ளன.

- சட்டத்தின் சமூக தாக்கம்: சட்ட மானுடவியலாளர்கள் சட்டம் சமூகத்தின் சமூக மற்றும் கலாச்சார கட்டமைப்பில் எவ்வாறு தாக்கத்தை ஏற்படுத்தும் என்பதை

ஆய்வு செய்வதில் அதிக கவனம் செலுத்துகின்றனர். இந்த ஆய்வுகள் சட்டம் எவ்வாறு சமூக ஏற்றத்தாழ்வுகள் மற்றும் பாகுபாடுகளை உருவாக்குகிறது என்பதை வெளிப்படுத்தியுள்ளன.

* சட்டத்தின் அரசியல் பொருளாதாரம்: சட்ட மானுடவியலாளர்கள் சட்டம் எவ்வாறு அரசியல் மற்றும் பொருளாதார அமைப்புகளுடன் தொடர்புகொள்கிறது என்பதை ஆய்வு செய்வதில் அதிக கவனம் செலுத்துகின்றனர். இந்த ஆய்வுகள் சட்டம் எவ்வாறு அதிகார மற்றும் செல்வத்தைப் பாதுகாக்கிறது என்பதை வெளிப்படுத்தியுள்ளன.

இந்த போக்குகள் சட்ட மானுடவியல் ஆய்வில் புதிய திசைவழிகாட்டிகளை உருவாக்குகின்றன. இந்த திசைவழிகாட்டிகள் பின்வருமாறு:

* சட்டத்தின் சமூக நீதிக்கான முக்கியத்துவம்: சட்ட மானுடவியலாளர்கள் சட்டம் சமூக நீதியை ஊக்குவிப்பதற்கான ஒரு கருவியாக பயன்படுத்தப்பட வேண்டும் என்பதில் அதிக கவனம் செலுத்துகின்றனர். இந்த கவனம் சட்ட அமைப்புகளை மேம்படுத்துவதற்கான வழிகளைக் கண்டறிய உதவும்.

* சட்டத்தின் சமூக மற்றும் அரசியல் தாக்கங்களைப் புரிந்துகொள்வதற்கான

முக்கியத்துவம்: சட்ட மானுடவியலாளர்கள் சட்டம் சமூக மற்றும் அரசியல் அமைப்புகளில் எவ்வாறு தாக்கத்தை ஏற்படுத்தும் என்பதைப் புரிந்துகொள்வதில் அதிக கவனம் செலுத்துகின்றனர். இந்த புரிதல் சட்ட அமைப்புகளைப் பற்றிய நமது புரிதலை விரிவுபடுத்தவும், சமூக மாற்றத்தை ஊக்குவிக்கவும் உதவும்.

- சட்டத்தின் அரசியல் பொருளாதார அம்சங்களைப் புரிந்துகொள்வதற்கான முக்கியத்துவம்: சட்ட மானுடவியலாளர்கள் சட்டம் அரசியல் மற்றும் பொருளாதார அமைப்புகளுடன் எவ்வாறு தொடர்புகொள்கிறது என்பதைப் புரிந்துகொள்வதில் அதிக கவனம் செலுத்துகின்றனர். இந்த புரிதல் சட்ட அமைப்புகளைப் பற்றிய நமது புரிதலை விரிவுபடுத்தவும், அதிகார மற்றும் செல்வத்தைப் பிரதிநிதித்துவப்படுத்தும் வழிகளைக் கண்டறியவும் உதவும்.

சட்ட மானுடவியல் ஆய்வில் உருவாகி வரும் இந்த போக்குகள் மற்றும் திசைவழிகாட்டிகள் சட்டம் மற்றும் சமூகத்தின் இடையிலான உறவைப் புரிந்துகொள்வதற்கான நமது புரிதலை விரிவுபடுத்தும்.

சட்ட நிபுணர்கள், கொள்கை வகுப்பாளர்கள், மற்றும் மேலும் உள்ளடக்கிய மற்றும் நியாயமான எதிர்காலத்திற்கான ஆதரவாளர்களுக்கான மானுடவியல் கருத்துகளின் தாக்கங்கள்

மானுடவியல் என்பது மனித சமூகங்கள் மற்றும் கலாச்சாரங்களை ஆய்வு செய்யும் ஒரு சமூக அறிவியல் ஆகும். மானுடவியல் கருத்துக்கள் சட்ட நிபுணர்கள், கொள்கை வகுப்பாளர்கள் மற்றும் மேலும் உள்ளடக்கிய மற்றும் நியாயமான எதிர்காலத்திற்கான ஆதரவாளர்களுக்கு பல வழிகளில் தாக்கத்தை ஏற்படுத்துகின்றன.

சட்ட நிபுணர்களுக்கான தாக்கங்கள்

மானுடவியல் கருத்துக்கள் சட்ட நிபுணர்களுக்கு சட்ட அமைப்புகள் எவ்வாறு செயல்படுகின்றன என்பதைப் பற்றிய புரிதலை விரிவுபடுத்த உதவும். மானுடவியல் ஆய்வுகள் சட்டம் எவ்வாறு கலாச்சாரத்தால் வடிவமைக்கப்படுகிறது என்பதையும், கலாச்சாரம் எவ்வாறு சட்டத்தை வடிவமைக்கிறது என்பதையும் காட்டுகின்றன. இந்த புரிதல் சட்ட நிபுணர்களுக்கு பின்வரும் வழிகளில் உதவும்:

- சட்டத்தின் சமூக மற்றும் அரசியல் தாக்கங்களைப் புரிந்துகொள்ளுதல்

- சட்டத்தின் சமத்துவம் மற்றும் நீதியை ஊக்குவிக்கும் திறனை மேம்படுத்துதல்

- சட்ட அமைப்புகளை மேம்படுத்துவதற்கான வழிகளைக் கண்டறிதல்

கொள்கை வகுப்பாளர்களுக்கான தாக்கங்கள்

மானுடவியல் கருத்துக்கள் கொள்கை வகுப்பாளர்களுக்கு சட்டம் சமூகத்தை எவ்வாறு பாதிக்கிறது என்பதைப் பற்றிய புரிதலை விரிவுபடுத்த உதவும். மானுடவியல் ஆய்வுகள் சட்டம் எவ்வாறு சமூக ஏற்றத்தாழ்வுகள் மற்றும் பாகுபாடுகளை உருவாக்குகிறது என்பதைக் காட்டுகின்றன. இந்த புரிதல் கொள்கை வகுப்பாளர்களுக்கு பின்வரும் வழிகளில் உதவும்:

- சட்டத்தை சமத்துவம் மற்றும் நீதியை ஊக்குவிக்கும் வகையில் பயன்படுத்துவதற்கான வழிகளைக் கண்டறியுதல்

- சமூக ஏற்றத்தாழ்வுகள் மற்றும் பாகுபாடுகளை குறைக்க சட்ட அமைப்புகளை பயன்படுத்துவதற்கான வழிகளைக் கண்டறியுதல்

மேலும் உள்ளடக்கிய மற்றும் நியாயமான எதிர்காலத்திற்கான ஆதரவாளர்களுக்கான தாக்கங்கள்

மானுடவியல் கருத்துக்கள் மேலும் உள்ளடக்கிய மற்றும் நியாயமான எதிர்காலத்திற்கான ஆதரவாளர்களுக்கு சட்டம் சமூகத்தின் அனைத்து அங்கங்களுக்கும் பயனளிக்கும் வகையில் பயன்படுத்தப்பட வேண்டும் என்பதைப் பற்றிய புரிதலை விரிவுபடுத்த உதவும். மானுடவியல் ஆய்வுகள் சட்டம் எவ்வாறு சில குழுக்களை மற்றவர்களை விட அதிகமாக பாதிக்கிறது என்பதைக் காட்டுகின்றன. இந்த புரிதல் மேலும் உள்ளடக்கிய மற்றும் நியாயமான எதிர்காலத்தை உருவாக்குவதற்கான வழிகளைக் கண்டறிய உதவும்.

சான்றுகள்

மானுடவியல் கருத்துக்கள் சட்ட நிபுணர்கள், கொள்கை வகுப்பாளர்கள் மற்றும் மேலும் உள்ளடக்கிய மற்றும் நியாயமான எதிர்காலத்திற்கான ஆதரவாளர்களுக்கு பல வழிகளில் தாக்கத்தை ஏற்படுத்துகின்றன என்பதற்கான பல சான்றுகள் உள்ளன. உதாரணமாக, ஒரு ஆய்வில், மானுடவியல் கருத்துக்களைப் பயன்படுத்தும் சட்ட பயிற்சி மையங்கள் சட்ட நிபுணர்கள் சட்டத்தின் சமூக மற்றும் அரசியல் தாக்கங்களைப் பற்றி சிறப்பாக புரிந்துகொள்கின்றன என்பதைக் காட்டியுள்ளன. மற்றொரு ஆய்வில், மானுடவியல் கருத்துக்களைப் பயன்படுத்தும் அரசியல்வாதிகள் சட்டம் சமூக ஏற்றத்தாழ்வுகள் மற்றும் பாகுபாடுகளை எவ்வாறு

உருவாக்குகிறது என்பதைப் பற்றி சிறப்பாக புரிந்துகொள்கின்றன என்பதைக் காட்டியுள்ளன.